வாழ்க்கையின் நிமிடங்கள்

மா. அருணாசலம்

வாழ்க்கையின் நிமிடங்கள்

நாவல்

ஆசிரியர் : அருணாசலம் 2023 ©

முதல் பதிப்பு : பிப்ரவரி 2023

வெளியீடு : ஏலே பதிப்பகம்

5/175, பாத்திமா நகர், கூந்தங்குழி திருநெல்வேலி - 627104

தொடர்புக்கு : +91 9944992571

Vaalkkaiyin Nimidankal

Novel

First edition : february 2023

Pages : 116

ISBN : 978-93-5533-569-2

Aelay Publish

Contact : +91 994499257

தோழரின் பார்வையில்...

- தோழர் அருணாச்சலம் ஏற்கனவே எழுதிய வண்ணத்துப்பூச்சிகள் என்ற புத்தகத்தினை ஏன் தாமதமாக வாசித்தேன் என்ற குற்ற உணர்வு இருந்து கொண்டிருந்தது.
- இவரின் ஒவ்வொரு வரிகளும் ஆழமான கருத்துக்கள் கொண்டதாக எழுதியிருப்பார்.
- அப்படி இருக்கையில், இவர் தற்போது எழுதி படைப்புலகில் வெளிவரவுள்ள "வாழ்க்கையின் நிமிடங்கள்" புத்தகத்திற்காக மதிப்புரை எழுத சொன்ன உடனே, எல்லாரையும் விட நான் தான் பாக்கியசாலி என்று நினைத்து பெருமிதம் கொண்டு வாசிக்க ஆரம்பித்தேன்.
- சிறு கதைகள் கொண்ட இந்த புத்தகம், பல தாக்கங்கள் உங்களுக்கு நிச்சயம் அளிக்கும்.
- காதலில் ஆரம்பித்து, காதலில் என்னை இவரின் வரிகளால் காதலோடு விழ வைத்தது.
- காதலை ஒப்பிடுகையில், இப்படியெல்லாம் காதலை ஒப்பிடலாமா என்ற ஆச்சரியத்துடன் என்னை இவரின் புத்தகத்துடன் காலச்சக்கரத்தால் பயணிக்க வைத்தார்.
- சமூக சிந்தனையின் பிரதிபலிப்பை இவரின் எழுத்துக்கள் மூலம் நீங்களும் காணலாம்.

> பல தலைப்புகளில் எனக்கு மிகவும் பிடித்த தலைப்புகள் இந்தியாவின் புதல்வன், விரலுக்கேற்ற வீக்கம், புகையும் நீரும், காட்டுவாசி, செயல். ஒவ்வொரு தலைப்பிலும் இவரின் வரிகள் கவித்துவமாக கதாபாத்திரங்களை வர்ணித்துள்ளார்.

> இவரின் தமிழ் மீதுள்ள காதலை நாம் வாசிக்கும் பொழுது அதை புரிந்து கொள்ள முடியும். இந்த புத்தகத்தை வாசிக்கும் பொழுது நான் சில நேரங்களில் காதலில் விழுந்தேன், சிரித்தேன், அழுதேன், கோபமும் பட்டேன். நாம் வாசிக்கும் பொழுது எந்தந்த இடங்களில் எவ்வாறு உணர்கிறோமோ அவ்வாறு எழுத்தாளரும் எழுதும் பொழுது உணர்ந்திருக்க கூடும்.

> அதுவே எழுத்தாளருக்கு கிடைத்த வெற்றி. என் தோழருக்கு மனமார்ந்த வாழ்த்துகள். இந்த புத்தகத்தை வாசிக்கும் வாசகர்களுக்கு ஒரு நல்ல புத்தகத்தில் பயணித்தோம் என்ற உணர்வு நிச்சயம் கிடைக்கும்.

நன்றிகள்,
லாவண்யா பெரியசாமி
எழுத்தாளர், நினைவுகளின் நிழல்கள்

தோழரின் பார்வையில்...

* ❖ ஆசிரியருக்கு என் மனமார்ந்த வாழ்த்துக்கள் மேன்மேலும் இதுபோல பல படைப்புகளை படைக்க வேண்டும்.

* ❖ எட்டு கதையாக எழுதி உள்ள இதில் ஒவ்வொரு கதையிலும் ஒவ்வொரு சிறப்பான இன்றைய உலகிற்கு தேவையான கருத்தைக் கொண்டு எழுதி உள்ளார் எழுத்தாளர்.

* ❖ ஏழை எளிய மக்களின் அதிகபட்ச கனவு என்னவாக இருந்து விடப் போகிறது உணவைத் தவிர, இதை கருத்தில் கொண்டு எழுதிய கண்மூடும் வேளை நன்று.

* ❖ காதல் கதைகளும், ஒருதலை காதலில் காதலர்கள் செய்யும் முட்டாள் தனமும் மற்றும் பெண்ணிற்கு நடக்கும் அநீதிகளும் கெட்ட பழக்கம் பற்றியும் அதிகம் பரவலாக எழுதியிருக்கிறார்.

* ❖ நிறைய இடங்களில் எனக்குத் தோன்றியது என்னவென்றால், இப்படி எல்லாம் ஒரு பெண்ணின் வலியை பற்றி எழுதுவதற்கு ஆசிரியர் அவர்கள் பெண்களை எவ்வளவு நன்றாக கவனித்து, புரிந்து அவர்களை பற்றி எழுதியுள்ளார் என்று தோன்றுகிறது.

* ❖ என்னை பாதித்த உண்மை வரிகள் இந்த சுதந்திர நாட்டில், "சுதந்திரம் என்பது எந்த

தண்டனையும் இன்றி ஒரு பெண்ணை
பலவந்தப்படுத்துவதே".

❖ காட்டுவாசி என்ற தலைப்பில் ஜாதி மதம்
பற்றி எழுதிய கதையை பெரிதும் பாராட்ட
நினைக்கிறேன்.

முத்துலட்சுமி பழனி ...

தங்கள் வாழ்க்கையின் நிமிடங்களை செலவழித்து
என் வாழ்க்கையின் நிமிடங்களுக்குள் வருகின்ற
அனைத்து தோழர்களுக்கும் எனது நெஞ்சார்ந்த
நன்றிகள்

மா. அருணாசலம்.....

பொறுப்பு துறப்பு

இக்கதையில் வரும் கதாபாத்திரங்கள் மற்றும்
பெயர்கள்
அனைத்தும் கற்பனையே, யாரையும்
குறிப்பிடவில்லை.

Special thanks to...

Aelay publish

Lavanya Periyasamy (Reviewer)

Muthulaksmi Palani (Reviewer)

Abinaya (Artist)

ஊமைக்காதல்

"ஒரு இந்துவிடம் கேட்டால் உலகம் ஆதிசிவனாலே உருவானது எனக்கூறுவான்".

"ஒரு கிருஸ்தவனிடம் கேட்டால் உலகம் இயேசுபிரானாலே உருவானது எனக்கூறுவான்".

"ஒரு இஸ்லாமியனிடம் கேட்டால் உலகம் நபிகளாலே உருவானது எனக் கூறுவான்".

"ஆதாம் ஏவாள் மீது கொண்ட காதலினாளும், ஈர்ப்பினாளும் இவ்வுலகம் உருவானது" என்கிறது பைபிள்.

"ஆதிசக்தியும சிவனும் கொண்ட காதலாலே உலகம் உருவானது" என்கிறது பகவத் கீதை.

"இராவணன் சீதையின் மீதுள்ள காதலாலே இலங்கைக்கு தூக்கிச் சென்றான்" என்ற கதையுமுண்டு.

"தன் மனைவியின் மீதுள்ள அளவுகடந்த அன்பினால் தாஜ்மகால் கட்டியவர்" ஷாஜகான். இப்படி உலக வரலாற்றை எங்கு திருப்பி பார்க்கையிலும் காதலும், அன்புமே ஒரு அளிக்கமுடியா சக்தியாக இருந்துள்ளது.

நீங்கள் என்னிடம் இந்தக் கேள்வியை கேட்டால் "காதல் என்ற புனித சொல்லால் இவ்வுலகம் உருவானது என்பேன். ஈர்ப்பு,அன்பு,காமம் என்ற வார்த்தையால் இவ்வுலகம் உருவானது என்பேன்.

2016, "வருண்" தன் பள்ளிப்படிப்பை முடித்து கல்லூரிக்குள் தன் வாழ்க்கையை தொடங்கினான். நண்பர்கள் புதிது, பேராசிரியர்யர்கள் புதிது, வருணின் உலகமே புதிதானது.

வருண் நேரிடையாக இரண்டாம் பருவத்தில் சேர்ந்தான். அவன் வகுப்பில் பெண்களே அதிகம் இருந்தனர்.வருணுக்கு எல்லாம் புதிதாக இருந்தால் ஒருசில நண்பர்களிடம் மட்டுமே பேசத் தொடங்கினான்.

ஆனால் அனைவரும் வருணை வித்தியாசமாக பார்த்தனர். ஏனென்றால் வருணின் தோற்றம் அப்படி. சரி வருணைப் பற்றி பார்ப்போம். நடுத்த குடும்பம் மற்றும் நடுத்தர மதிப்பெண்கள் எடுக்க கூடியவன்.

தலை முடியை சீவாமல், பரட்டை தலையுடன், முகம் நிறைய தாடியுடன் ஒரு பரதேசியை போலவே வருணின் தோற்றம் இருந்தது. இத்தோற்றத்திற்கு வேறு யாரும் காரணமில்லை வருண் மட்டுமே. காரணம் அந்த நிகழ்வு, அந்த அதிர்ச்சி சம்பவத்திற்கு பின் வருண் முழுவதுமாக தன்னை மாற்றிக்கொண்டான்.

வருண் சந்தித்த முதல் தேவதை "அகல்யா".சிறு வயதில் தோன்றிய முதல் காதல், பயந்து பயந்து தெரியாமல் பேசும் இளம் வயது, பேசுவதற்கு கையில் அடங்குமளவு ஒரு செல்போன் இருந்த காலம். ஆனால் அதை பயன்படுத்துவதே அரிதான ஒன்று தான்.

"அண்டவெளியில் சுற்றித்திரிந்த
பறவை நான், என்னை
கூண்டுப்பறவையாக்கிய
அன்புக்கருவி நீ"

இதனால் கூட வருணின் தோற்றம் இப்படி மாறியிருக்குமோ?வருணிடம், கல்லூரி நண்பர்கள் அறிமுகம் செய்து பேசஆரம்பித்தனர். வருணும் இருந்த அனைத்து மாணவர்களிடமும் தன்னை அறிமுகம் செய்யும் வேளையில், இந்தபக்கம் இருந்து ஓர் குரல் ஒலித்தது.வருண் திரும்பி பார்க்கையில் மாணவிகள் வருணிடம் ஹாய்,நான் மாதவி, திவ்யா ,தீபா, என ஒவ்வொருவராக கூற ஆரம்பிக்க, "வருணின் கண்கள் இருண்டது".

"வருண் பேச ஆரம்பித்தான்,டியூசனுக்கு சென்ற முதல் நாள், கண்டான் அவளை, அங்கு வருண் தான் சீனியர். அப்போது அவண் கண்ட முகம், அவளின் புன்னகை...."அதைக் காண பக்கத்து தேசங்களில் இருந்தும் கூட விழிகள் வாங்கி வர வேண்டும". என் பெயர் வருண் என்று பேச ஆரம்பித்தான். உங்கள் பெயர் என்று கேட்க, மின்னும் புன்கையுடன் என் பெயர் "அகல்யா" என பதிலளித்தாள்.

"ரவி மறைந்தாலும்
மதி தேய்ந்தாலும்,
வானம் இருண்டாலும்,
பூமி இருண்டாலும்,
நமக்கு ஒளி தருவது அகல்விளக்கு,
எனக்கு ஒளி தந்தது அகல்யா விளக்கு"

ஹலோ, ஹலோ, என்னாயிற்று உனக்கு எதும் பிரச்சினையா என நண்பர்கள் கேட்க ,ஏதோ கணவிலிருந்து விழித்துது போல்,வருண் சுற்றி சுற்றிப் பார்த்தான்.

இல்லை,எனக்கு ஒரு பிரச்சினையும் இல்லை.நான் நன்றாகத்தான் உள்ளேன் எனக்கூறினான். சரி உங்கள் பெயர் என்னவென்று

வெகுநேரமாக கேட்டுக் கொண்டிருக்கிறோம் , நீ ஏதோ நாங்கள் தெரியாததை கேட்டது போல் சிந்தித்து கொண்டிருக்கிறாய் எனக்கேட்டனர். என் பெயர் வருண் என்று பதிலளித்தான்..

வருண் வகுப்பிலுள்ள அனைவரிழும் நன்றாக பழக ஆரம்பித்தான். வருணுக்கும் கல்லூரியை நன்றாக பிடித்து விட்டது. வெளிகல்லூரி போட்டிகள், கல்லூரிக்குள்ளே போட்டிகள் என அதிகமாக ஈடுபட ஆரம்பித்தான்.

ஒரு நாள் கல்லூரியில் கலைநிகழ்ச்சிகள் நடக்கவிருந்தது. வருணின் நண்பர்கள் ராம் ,மாரி மேலும் சில பேரும் கேட்டனர் ஏண்டா இன்னைக்கு நம்ம கல்லூரி கலைநிகழ்ச்சி இன்று கூட வா நீ தாடியை நீக்காமல் இப்படி பரதேசி போல் வந்துள்ளாயே உனக்கு என்னதாண்டா பிரச்சினை என்று கேட்க?.

இளமை தோற்றத்துடன், இனிய அழகுடன் தாடி,மீசையில்லாத வருண், அவண் நண்பன் மணியுடன் அவளின் பள்ளி இறுதி ஆண்டு கலைநிகழ்ச்சியை காண பள்ளிக்குச் சென்றனர். "அங்கு இப்பிரபஞ்சத்தின் ஒளியை கண்டான் வருண்".

"கீச்சிடும் குருவிகள்,
வீசிடும் பெருங்காற்று,
அஞ்சும் உயிரினங்களுக்கு மத்தியில்,
அழகான பட்டாடையணிந்து,
கண்களுக்கு கவர்ச்சியளிக்கும்
விடியற்காலை கதிரவன் நீ"

என்று புலம்பிக்கொண்டு அகல்யாவைக் கண்டான் வருண். "இப்பிரபஞ்சமே பொறாமை கொள்ளும் பேரழகுடைய பேரழகி நீ". "அவ்வழகை மேலும் அழகூட்டும் காஞ்சிப்பட்டு". ஜல்

ஜல்லென்று சலங்கையணிந்து நீ நடந்துவர இப்பூமியும் இரண்டாக பிளந்திடுதே. பட்டுச்சேலையணிந்து நடனம் ஆடுவதற்கு அகல்யா சென்றகொண்டிருந்தாள். அவளின் ஆட்டத்தால்

"அண்டம் நடுங்கி
ஆகாயம் சுருங்கி
மழையைத் தருமடி"

எனக்கூறி வருண் அகல்யாவிடம் பேசினான்...

"என்ன விலையே உன் புன்னகைக்கு,
தங்களுக்காக தாஜ்மகாலும் கட்டித்தருவேன்,
உன் பாதங்கள் காயப்பட்டால் காஷ்மீரின்
பூக்களை கடத்திக்கொண்டு வருவேன்"
வெறுங்காலில் நடப்பாயென்றால் .

டேய் வருண், உன்னிடம் தான் கேட்கிறேன் இன்றுகூட தாடியை சவரம் செய்யாமல் வந்திருக்கிறாய் என்று ராம் கேட்க, ம்ம்ம் அது வந்து,சரி வா கலைநிகழ்ச்சி காண செல்வோம் என்று அரங்கிற்கு கூட்டிச் சென்றான் வருண். கல்லூரி என்றாலே இப்படித்தானே போட்டிகள், கலைநிகழ்ச்சிகள் என ஒரே மகிழ்ச்சிதான் எங்கும்.

தீபா என்ற மாணவியிடம் ஒரு போட்டிக்காக பேசிக்கொண்டிருந்தான் வருண்.இதில் தன்னை தீவிரமாக ஈடுபடுத்திக் கொண்டான் வருண். வருணுக்கு ஏற்கனவே இதுபோன்ற போட்டிகளில் ஈடுபடுவது மிகவும் பிடித்த ஒன்றுதான். ஏனென்றால் வருணுக்கு இதுபோன்ற போட்டிகள் எல்லாம் கை வந்த கலை. தீபா வருணிடம் அண்ணா நீங்கள் இதற்கு முன்னால் காதல் செய்திருக்கீர்களா யாரையாவது என்று தீபா கேட்க.

வருணின் முகம் அக்கணமே வியர்ந்து , கைகெளெல்லாம் நடுங்கி கண்கள் சிவந்து மயக்கமுறுவது போல் மாறினான் வருண்.

அழகான வருண், அவன் "சந்திந்த நாள் முதல் இன்று வரை அவள் முகம் மறையவில்லை".

" ஷாஜகான் தன் அன்பிற்கு இச்சிறு மாளிகைதானே கட்டியுள்ளான் நான் உனக்காக கட்டியுள்ளான் இவ்வுலகே பிரம்மிக்கும் அளவில் மிகப்பெரிய மாட மாளிகை ஒன்றை"என் மனதினுள் குடியிருக்க நீ வருவாயா ?

அகல்யா உனக்கு என்னவெல்லாம் புடிக்கும்,என இருவரும் பேசத் தொடங்க,நாட்கள் போனதே தெரியவில்லை. வருண் அகல்யாவிடம் மிகவும் நெருங்கி பழக ஆரம்பித்தான். ஒருநாள் அகல்யா வருணிடம் உன் தலைமுடி மிகவும் மிருதுவானதாக உள்ளது,அது எனக்கு ரொம்ப பிடித்துள்ளது, ஆனால் உனக்கு கொஞ்சம் தாடி இருந்தால் நன்றாக இருக்கும் எனக்கூறினாள்.வருண் சிரித்துக்கொண்டே அகல்யாவிடம் "உன் கண்கள் என்னைத் தாக்கி குத்தி கிழிக்கும் கூர்மையான அம்பாக உள்ளது" எனக்கு மிகவும் பிடித்துள்ளது " என இருவரும் மனம் விட்டு பேசினார்கள்.

"உன் கண்கள்,
கண்டம் விட்டு கண்டம் தாக்கும்
ஏவுகணை போன்றது "

அண்ணா,அண்ணா ,என்னாயிற்று என தீபா வருணை கூப்பிட்டாள்.அண்ணா நான் பேசிக்கொண்டே இருக்கிறேன் நீங்கள் என்ன சிந்தித்து கொண்டிருக்கிறாய் ,சொல்லுங்கள் நான் கேட்டதற்கு பதில் எங்கே? அது அதுவந்து நான்

    வாழ்க்கையின் நிமிடங்கள்

செல்ல வேண்டும் எனக் கூறி விட்டு கிளம்பினான்.

புது வருடம், புது மாணவ மாணவிகள் வருணின் பிரிவிற்கு வந்தனர். அக்கூட்டத்தின் நடுவே ஒரு அதிசயம் காத்திருந்தது வருணுக்கு. வருண் முகத்தில் மீண்டும் புன்னகை வெளிவந்தது.ரொம்ப வருடத்திற்கு பின்பு வருணின் முகத்தில் ஒரு புன்னகை அவன் நண்பர்கள் கூட வியந்து பார்த்தனர்.காரணம் வருண் அன்று கண்டது போலே மீண்டும் கண்டான் அந்த ஒளியை .

எப்படியோ அலைந்து திரிந்து அவளின் பெயரை கண்டுபிடித்தான். அவள் பெயர் கிறிஷ்டினா பழைய வருணை மீண்டும் உணர்ந்தான். வருண் யோசித்தான் இத்தனை பெண்களிருந்தும் ஏன் அவளிடம் பேச மனம் துடிக்கிறது என்று வருணுக்குள் ஒரு கேள்வி?அவளின் குழந்தை போன்ற புன்னகை, தாயை போன்ற கோவம், பாசமான கண்கள்,மீண்டும் கண்டான் அகல்யாவை இவள் உருவத்தில்.

வருணின் நடவடிக்கையில் பலமாற்றம் நிகழ்ந்தது. அவன் நண்பர்கள் எல்லோரும் இவனிடம் கேட்டனர்.என்னடா எப்போதும் பரதேசி மாதிரி தான இருப்ப, இப்போ என்ன கதாநாயகன் மாதிரி ஜொலிக்கிறாய், என்ன வருண் அண்ணா ஜூனியர் வந்ததுக்கப்புறமாக உங்க நடவடிக்கையே புதிதாக இருக்கிறது, என்று தீபாவும் கேட்டாள்" சிரிச்சுகிட்டே நழுவிச் சென்றான் வருண்..

வருணின் வேலை என்னவென்றால் அவள் அமர்ந்திருக்கும் இடத்தின் வெளியே நின்று சன்னல் வழியாக பார்ப்பதே.அவன்

 வாழ்க்கையின் நிமிடங்கள்

நடவடிக்கையால் வருண் நண்பர்களும் அவனுக்கு உதவிசெய்தனர். ஆனால் இவ்வளவு நாட்கள் ஆகியும் வருண் கிறிஷ்டினாவிடம் ஒருவார்த்தை கூட பேசியதில்லை பெயர் கூட வருணின் நண்பர்கள் கேட்டுச்சொன்னதே.

வருணும் ஒருநாள் தைரியமாக கிறிஷ்டினாவிடம் பேசுவதற்குச் சென்றான். கல்லூரி முடிந்த நேரம் என்பதால் கூட்டம்

கொஞ்சம் அதிகமாக இருந்தது. அவளோ வருணைப் பார்த்து பயந்து, அவளின் தோழிகளுக்கு நடுவே ஒழிந்து கொண்டாள். வருண் ஏதோ தயக்கத்தில் திரும்பி வந்தான். வருணின் மனதில் ஏதோ ஒரு தயக்கம்?

"அலைகடலும் பொங்கியெழும்
இப்பூமி இரண்டாய் பிளக்கையில்,
தீவும் கடலாய் மாறிடுமே,
இந்த மாபெரும் ஆழியினால்,
பறவைகள் அஞ்சி பறத்திடுதே
கூட்டினுள் சென்று ஒழிந்திடுதே"

அகல்யா, அகல்யா நில் உன்னிடம் ஒன்று கேட்க வேண்டும் இருவரும் நன்றாகத்தான் பழகுகின்றோம், நாம் பேசிப் பழகி ஐந்து வருடம் ஆகிறது இருந்தும் ஏன் உன் மனதில் உள்ளவற்றை கூறத் தயங்குகிறாய் என்னை உனக்கு பிடிக்கவில்லையா பதில் கூறி விட்டுச் செல். இப்படி மௌனமாக இருந்து என்னை கொள்ளாதே. உண்மைதான் வருண் எனக்கு உன்னை பிடிக்காது என்று கூற வருணின் மனதில் ஏற்பட்டது மாபெரும் வலி?

ஏன்டா வருண் கிறிஷ்டினாவிடம் ஏதும் பேசாமல் திரும்பி வந்துவிட்டாய் என ராம் கேட்க இப்போது வேண்டாம். இன்னொரு நாள் கூறிவிடுகின்றேன் என்றான். ஆனால் அவனுக்குள் ஏதோ ஒரு சிந்தனை ஓடிக்கொண்டிருந்தது வருணின் நண்பர்கள் வருணை வித்தியாசமாக பார்த்தனர்.?

வருண் கிறிஸ்டினா பக்கம் செல்வதை நிறுத்தினான் அவளை பார்ப்பதையும் தவிர்த்தான். வருண் தனது பருவத்தேர்வுகளில் கவனம் செலுத்த ஆரம்பித்தான். தேர்வு முடிவும் வெளிவந்தது. மறுபடியும் கல்லூரி தொடங்கியது. வருணின் வகுப்பும் கிறிஷ்டினாவின் வகுப்பும் தூரம் தூரமாக இருந்தது. ஒருநாள் கல்லூரி முடியும் வேளை வருணுக்கு ஓர் இன்ப அதிர்ச்சி காத்துக்கொண்டிருந்தது.

"வருண் என்ன ஆச்சி உனக்கு ஒரு சின்ன தப்பு நடந்துபோச்சி தெரியாமல் உன்னை திட்டிவிட்டேன் பேசாமல் கூட இருந்தேன் அதற்காக நீயும் என்னிடம் பேசாமலேயே இருத்துவிடுவாயா என்று அகல்யா கேட்டாள்".

வருணுக்கு கிறிஷ்டினா இன்ஸ்டாகிராமில் ரெக்யூஸ்ட் கொடுத்திருந்தாள். ஆச்சரியத்தில் வருண் உறைந்து போயிருந்தான்."நான் தேடிச்சென்ற போதல்லாம் விலகிச் சென்றவள் இப்போது அவளே பேச முன்வந்துள்ளாள்" அவளை உதாசினப் படுத்தக்கூடாது என முடிவு செய்து அவளிடம் பேச ஆரம்பித்தான் வருண்.

**"பனிமலையும் உறைந்தது,
தீவுக்கூட்டமும் கடலானது,
பல நாள் பசியில் வாடுபவனுக்கு
அறுசுவை விருந்து கிடைத்தது"**

இருவரும் பேச ஆரம்பித்தனர். வருணும் தன்னைப் பற்றி முழுவதுமாக கிறிஸ்டினவிடம் பகிர்ந்து கொண்டான். அவளும் தன் வாழ்க்கையிலுள்ள இன்பம் துன்பம் அனைத்தையும் பகிர்ந்து கொண்டாள்.

சில நேரங்களில் இரவு 12 மணி வரைக்கூட பேசிக்கொண்டிருந்தனர். கிறிஸ்டினா வெளிநாட்டில் படித்து வளர்ந்த ஒரு பெண். அதனால் ஆங்கிலம் எளிதாக பேசுவாள். வருண் கொஞ்சம் சுமாராக தான் பேசுவான்.கிறிஸ்டினா வருணைப்பற்றி கொஞ்சம் கொஞ்சமாக புரிந்துகொள்ள ஆரம்பித்தாள். கிறிஸ்டினா வருணிடம் ஏதே பிரச்சினை உள்ளதை கண்டுபிடித்தாள். அதனால் அவள் வருணிடம் அடிக்கடி "உன் மனதிற்குள் தீராத பிரச்சினை ஏதும் இருந்தால் சொல்.அது எதுவாக இருந்தாலும் என்னிடம் சொல் என்று கூறிக்கொண்டே இருப்பாள். வருணும் சரி சரி தோனும்போது சொல்கிறேன் எனக்கூறிவிடுவான்.

வாழ்க்கையின் நிமிடங்கள்

ஒரு நாள் வருணும் கிறிஸ்டினாவும் ஒரே வண்ண ஆடை அணிந்து வந்தனர். அவள் வருணிடம் சாக்லேட் வாங்கி தருமாறு கேட்டுக் கொண்டாள். வருணும் சந்தோசமான இந்தச் செய்தியை நண்பன் ராம், சதீஷ்,மாரி அவர்களிடம் கூறி மகிழ்ந்தான்.

மறுநாள் அவளிடம் சாக்லேட் கொடுக்கக் தேடி தேடி அலைந்தான். இறுதியாக அவளிடம் சாக்லேட்டை வருண் கொடுத்தான். கிரிஸ்டினா நன்றி நன்றி நன்றிகள் எனக்கூறி ஏதோ "ஆசையாக முகத்தில் புன்னகையுடன் வருணிடம் சொல்ல வந்தாள்".ஆனால் வருணுக்கு அப்புன்னகையை கண்டதும் ஏதோ ஆனது.சரி நான் செல்கிறேன் எனக்கூறி அங்கிருந்து வேகவேகமாக கிளம்ப தயாரானான்.

வருண் கோயமுத்தூரிலிருந்து வந்து அகல்யாவை காணச் சென்றான் அவளுக்கு தெரியாமல். அகல்யா முகத்தில் மகிழ்ச்சி இல்லை சோர்வுடன் இருந்தாள். மறுநாள் வருணை அகல்யா கண்டதும் அவள் முகத்தில் வெளிவந்த புன்னகை இவ்வுலகில் எங்கு சென்றாலும் கிடைக்காது அப்படியொரு மகிழ்ச்சி அவள் முகத்தில்.

"சுட்டெரிக்கும் பாலைவனத்தில்
வீசும் சூறைக்காற்று மிதந்து சென்று
குளிரும் பனிமலையில் உரசிச்சென்று
புல்லில் தெரிகிறது பனித்துளிகள்
அத்துளியில் கண்டேன்
அதிகாலை கதிரவனின் அதீத ஒளியை"

வருண் அகல்யாவிற்கு , ஒரு ஹீரோ பேனா ஒன்றை வாங்கிக்கொடுத்தான். அவள் அதைக்கண்டு ரொம்ப நல்லாயிருக்குடா எனக்கு

ரொம்ப பிடித்துள்ளது வருண் என்று கூறினாள். வருண் ம்ம் சொல்லு அகல்யா பிடித்திருக்கிறதா எனக் கேட்க ?

வருண் என்ன உலறுகிறாய் அகல்யா யாரு, இங்க கிறிஸ்டினா மட்டுமே இருக்கிறாள் என சதீஸ் கூற இப்போது உங்களுக்கு என்ன ஆயிற்று என கிறிஸ்டினா கேட்டாள். இல்லை ஒன்றுமில்லை நீ போ என கிறிஸ்டினாவை கிளம்பச் சொன்னான் அவளும் கிளம்பினாள். சதீஷ் வருணிடம் தனியாக அழைத்துச் சென்று உனக்கு என்னதான்டா ஆச்சி? அடிக்கடி இப்படி சம்மந்தமே இல்லாமல் உலறுகிறாய் என சதீஷ் கேட்க, தயவுசெய்து இங்கிருந்து நீ கிளம்பு என வருண் பதிலளித்தான்.எனக்கு கொஞ்சம் தனியாக இருக்க வேண்டுமென தோன்றுகிறது என்றான்.சரி நீ கிளம்பு என வருண் கூறினான். வருண் தனியாக அமர்ந்து அச்சம்பவத்தையே நினைத்து கொண்டு வருந்தினான்.

"நான் ஒவ்வொரு முறையும் அதை மறக்க முயற்சித்து, முடியாமல் தோற்றுப்போகிறேனே" என தனக்குத் தானே பேசிக்கொண்டிருந்தான்.சதீஷ் மாரியிடமும், ராமிடமும் இதைப்பற்றி கூறினான்.

மறுநாள் கல்லூரியில் வருண் கிறிஸ்டினாவை பார்க்கச் சென்றிருந்தான், அவள் சற்று கோபத்துடன் அன்போடு உனக்கு என்னதான் நடந்தது எதுவானாலும் என்னிடம் சொல் இப்படி மனதுக்குள்ளே வைத்தால் பைத்தியம் பிடித்து விடும் என்று கிறிஸ்டினா வருணிடம் உனக்கு என்னாயிற்று எதுவானாலும் என்னிடம் சொல் என திரும்பத் திரும்ப கேட்டாள்.வருண் கொஞ்சம் யோசித்து யோசித்து பேசத் தொடங்கினான்.

        வாழ்க்கையின் நிமிடங்கள்

"அகல்யா" அந்தப் பெயர் என் வாழ்வில் ஒரு அங்கமாகவே இருந்துள்ளது. அதை எப்படி வெளிப்படுத்துவது யாரிடம் வெளிப்படுத்துவது என்று தெரியவில்லை கிறிஸ்டினா. உன்னிடம் கூறவேண்டுமென்று தோன்றுகிறது என அகல்யாவைப் பற்றிக் கூற ஆரம்பாத்தான்.

"அவள் ஒரு வீரத்திருமகள்,
வீரனுக்கு வீரனாய்,அன்பில் தாய் போல உருகி
என்னை கவர்ந்த அழகியவள்"

என்று கூறிக்கொண்டேயிருந்தான்.

அகல்யாவை முதன்முதலில் இரவு நேரத்தில் அந்தச் சம்பவத்தோடு நான் சந்தித்த முதல் சந்திப்பு. "அவளுடன் டியூசனில் படித்தது, அவள் அருகிலேயே தினமும் அமர்ந்தது, சிறுசிறு சண்டைகள் போட்டு மீண்டும் எதுவும் நடக்காதது போல் அவளிடம் பேசுவது, அகல்யாவின் பிறந்தநாளுக்கு அன்பளிப்பு கொடுத்தது என்று", மூச்சுவிடாமல் கூறிக்கொண்டேயிருந்தான், இறுதியாக பிரிவுச் சம்பவத்தை பற்றியும் கூறிக்கொண்டிருக்கையில் வருண் மயக்கமாகி கீழே விழுந்தான்." எழுந்திரு வருண் என்னாயிற்று உனக்கு, எழுந்திரு எழுந்திரு என கதறினாள். எந்த அசைவும் இல்லை.

வருண் நண்பர்கள் அவனை மருத்துவமனைக்கு அழைத்துச் சென்றனர். சிறுது நேர சிகிச்சைக்கு பின் வருண் கண்முழித்தான் . டாக்டர்.இப்ராகிம் வருணைப் பார்த்து சிரித்துக்கொண்டே உங்களுக்கு ஒன்றுமில்லை நன்றாக உள்ளீர் எனக்கூறினார்.

டாக்டர்.இப்ராகிம் உடன் வந்தவர்களிடம் இவர் ஏன் மயக்கமானார் என கேட்க,கிறிஸ்டினா நடந்ததை கூறினாள். இப்ராகிம் வருணை

மனரீதியான மருத்துவ சோதனைக்கு உட்படுத்தனார்."மெட்டோபியா என்ற ஒரு மூளை சம்பந்தப்பட்ட நோய்" இருப்பதை கண்டறிந்தார். வருணிடம் இதைப்பற்றி கேட்டார் வருணும் பதிலளித்தான். வருண் மருத்துவரிடம் "சத்தியம் வாங்கினான்" இங்கு நடந்தது யாருக்கும் தெரியவேண்டாம், நீங்கள் எந்த ஒரு பதிலும் கூற வேண்டாம்,என்று சத்தியம் வாங்கினான். மருத்துவரும் சரி என்றார். ஆனால் இதையெல்லாம் வருணைக் காண வந்த மாரி வாசலின் அருகே நின்று இங்கு நடந்த அனைத்தையும் கேட்டுவிட்டான்.இது வருணுக்கும் மருத்துவருக்கும் தெரியாது. வருண் வீட்டிற்குச் சென்று ஓய்வெடுத்தான். எழுந்த பின்பும் அகல்யாவை பற்றி யோசிக்க ஆரம்பித்தான்.

அவனால் அதிலிருந்து வெளிவர முடியவில்லை, வருண் வீட்டின் சன்னலருகே நின்றுகொண்டு, யோசித்துக் கொண்டிருக்க கிறிஸ்டினாவிடமிருந்து போன் வந்தது. வருண் மெல்ல நகர்ந்து கைபேசியை எடுத்து பேச ஆரம்பித்தான். கிறிஸ்டினா இப்போ எப்படி இருக்கு பரவாயில்லையா எனக்கேட்டு கோவத்தில் திட்டினாள். உனக்கு இப்படி ஒரு பிரச்சினை உள்ளதென்பதை என்னிடம் கூட சொல்ல வேண்டுமென்று தோனவில்லையா" என்ன உளறுகிறாய் என்ன ஆயிற்று உனக்கு பைத்தியம் புடிச்சிருச்சா என வருண் கத்தி கேட்டான். உடனே "பைத்தியம் எனக்கில்லடா உனக்குதான் என கிறிஸ்டினா கோவத்தில் கூற வருண் " என்ன சொன்னாய் நா பைத்தியமா நானா பைத்தியம்" என கோவத்தில் கத்தினான் . கிறிஸ்டினா வருணிடம் சாரிடா ஏதோ உன் மேல் உள்ள அக்கறையில் கோவத்தில் அப்படி

கூறிவிட்டேன்,என்னை மன்னித்துவிடு எனக்கேட்க கைப்பேசியை வைத்து விட்டான்.

மறுநாள் கல்லூரியில் வருணிடம், மன்னிப்பு கேட்க கிறிஸ்டினா வந்தாள், சாரி வருண் "நேற்று ஏதோ தெரியாமல் கோவத்தில் அப்படி சொல்லிவிட்டேன். எல்லாத்துக்கும் காரணம் அந்த மாரிதான் அவனிடம் மட்டும் பேசாமல் இருந்திருந்தால் அவனை பார்க்காமல் இருந்திருந்தால் நான் உன்னிடம் இப்படி கூறியிருக்க மாட்டேன் வருண் என கிறிஸ்டினா சொல்லிக் கொண்டிருந்தாள்.

மாரியா அவன் உன்னிடம் என்ன கூறினான் எனக்கும் ஒன்னும் புரியவில்லை. நீ ஏன் அவன் சொன்னத கேட்டு என்னிடம் கோவப்படுகிறாய் என்று கேட்க கிறிஸ்டினா மாரி கூறியதை சொல்லத் தொடங்கினாள்.

அன்று மருத்துவமனையில் நீயும் டாக்டரும் பேசிக்கொண்டதை மாரி கேட்டுவிட்டானாம் அதைத்தான் என்னிடம் கூறினான். நீ மெட்டோபியா என்ற மனநோயினால் பாதிக்கப்படுள்ளதாக கூறினான் என்று கிறிஸ்டினா வருணிடம் கூற வேறொன்றும் சொல்லவில்லையா என வருண் கேட்டு பெருமூச்சு விட்டான் ஆமா என்றாள்.

ஒரு வாரம் வருண் கல்லூரி விடுமுறை தன் நண்பர்களுடன் வெளியூர் சென்றிருந்தான். நன்றாக சுற்றிவிட்டு வீடு திரும்பினான். மீண்டும் கல்லூரி தொடங்கியது.

அன்று வருண் மாரியிடம் சென்று நீ ஏன் முழுவதையும் கிறிஸ்டினாவிடம் கூறவில்லை எனக் கேட்டான். நான் இறுதியாக வந்தேன் நான்

 வாழ்க்கையின் நிமிடங்கள்

கேட்ட அனைத்தையும் அவளிடம் கூறிவிட்டேன் என மாரி கூறினான்.

வருண் கிறிஸ்டினாவை பார்த்து அன்றைக்கு தன் காதலைச் சொல்லியே தீருவேன் என உறுதியாக இருந்தான்.மாலை, வருண் கிறிஸ்டினாவிடம் தன் காதலைத் தெரிவித்தான். அவள் முகம் மாறியது அவளுக்கு என்ன செய்வதென்று தெரியமால் அமைதியாக சென்றுவிட்டாள். மறுநாள் வருண் அவளிம் கேட்க எனக்கு உன் மேல் காதல் ஒன்றுமில்லை, உன்னிடம் ஒரு நல்ல தோழியாக தான் பழகினேன் எனக்கூறினாள். வருண் நடந்தவற்றையெல்லாம் நினைத்து பார்த்தான். நிஜமாகவே என்னை பிடிக்கவில்லையா என மீண்டும் கேட்க,உன்னை போன்ற மனநோயாளி மீது எப்படி காதல் வரும் எனக் கோவத்தில் பதிலளிக்க வருண் உடைந்தே போனான்.

"முழு மதியாய் வலம் வந்த என்னை அமாவாசையாக மாற்றினாள்"

உண்மையில் வருணுக்கு என்ன பிரச்சனை உள்ளது அன்று இப்ராகிமிடம் வருண் என்ன கூறினான்? கிறிஸ்டினா வருணை ஏன் நிராகரித்தாள்? உண்மையில் அகல்யா என்பது யார்..

அன்று வருண் கொஞ்சம் கொஞ்சமாக மருத்தவரிடம் பேச ஆரம்பத்தான் அகல்யாவைப் பற்றி. உண்மையில் அகல்யா என்றொரு பெண் வருணின் வாழ்வில் எந்தவிதத்திலும் சம்மந்த படவில்லை என்பது தான் உண்மை. பின்னர் ஏன் நீ அகல்யா என்று கூறியே அடிக்கடி மன அழுத்தத்திற்கு உள்ளாகிறாய் என டாக்டர் கேட்க, வருண் பதிலளிக்க ஆரம்பித்தான்.

   வாழ்க்கையின் நிமிடங்கள்

"உன் வாழ்வில் தேவதை போல் ஒரு பெண் வருவாள் என்று என்னிடம் அடிக்கடி அம்மா கூறியதுண்டு. "அப்படி வந்த தேவதை தான் அகல்யா" ஒரு முறையல்ல இரண்டு முறை என் வாழ்வில் அத்தேவதை வந்துள்ளாள். ஆனால் அவள் என்னுடன் பேசியது கூட கிடையாது,அவளின் பெயர் அகல்யா என்று மட்டும் தெரிந்துகொண்டேன்.

மீண்டும் அகல்யா என் வாழ்வில் வந்தாள், அன்று நான் சென்னையில் இரவு 11 மணிக்கு பேருந்து நிலையத்தில் நின்று கொண்டிருந்தேன். ஆனால் நான் அப்படியொரு சூழலில் அவளை சந்திப்பேன் என்று எதிர்பார்க்கவில்லை.

அப்போது அருகில் உள்ள தெருவில் இருந்து ஒரு பெண் ஓடிவந்தாள் . பேருந்திற்காக என நினைத்தேன். யாருமில்லா அவ்வேளையில் என்னைக் கண்டதும் என்னருகில் ஓடி வந்தாள். அம்மா கூறிய தேவதையா இவள் என யோசித்தேன். அப்படியொரு அழகு,

**"அந்த அமாவாசை இருட்டிலும்,
முழுமதியாய் ஒளியை தந்தது அவள் முகம்
அந்நிலவொளியை மேகம் மறைப்பது போல்
அவள் முகத்தில் வியர்வை கொட்டிது"...**

அவள் அவனருகே வந்து நின்றாள்.ஹாய் என் பெயர் வருண். ஏன் இப்படி வியர்வை சொட்ட சொட்ட ஓடி வந்திருக்கிறீர்கள் நீங்கள் மட்டும் தனியாகவா வேலை முடித்து வந்தீர்கள் என கேள்வி மழை பொழிந்தான் வருண். என் பெயர் அகல்யா என முகத்தில் பயத்துடனும் பட்டத்துடனும் கூறினாள்."அகல்யாவா"வருண் அந்தப் பெயரை மீண்டும் கேட்டான்.

 வாழ்க்கையின் நிமிடங்கள்

சரி, ஏன் இப்படி ஓடிவருகிறர்கள் என கேட்க? "அஸ்வினும் நானும் இன்ஸ்டாகிராமில் பழகி நண்பர்களானோம் இரண்டு வருடம் பேசிக்கொண்டோம் இரண்டு வருடமாக அவன் பிறந்தநாள் பார்ட்டிக்கு வருமாறு கெஞ்சினான். நானும் அவனிடம் பேசும் போது நல்லவன் போல் தான் தெரிகிறது என முடிவு செய்தேன். அவனும் அம்மா அப்பாவிடம் நீ வருவதாக சொல்லிவிட்டேன்.இந்த முறையாவது வரமாட்டியா என கெஞ்சினான்.அதனால் இந்த பிறந்தநாளுக்கு சென்றிருந்தேன். அங்கு சென்ற பின்பு தான் தெரிந்தது அவன் எப்படி பட்டவன் என்று. அவனுக்கு அம்மாவும் இல்லை,அப்பாவும் இல்லை எல்லாமே நாடகம்.அங்கு அவன் நண்பர்களும் இரண்டு பெண்களுமே இருந்தனர். கேக் வெட்டி முடித்த பின்னர் நான் கிளம்புவதாக சொன்னேன் அவன் அதற்கு, உனக்கு ஒரு இன்பச்செய்தி காத்திருக்கிறது எனக் கூறினான். நானும் அறையினுள் சென்று பார்த்தேன். மிகவும் அழகாக சுவறில் அகல்யா என்று என் பெயர் வரைந்திருந்தது. அப்படியே அருகில் உள்ள அறைக்கு செல்ல முயன்றேன் அது பூட்டி இருந்து எப்படியோ திறந்து உள்ளேச் சென்றேன் அங்கு ஓர் பூக்கூடை நிறைய பூ இருந்தது.

அதை நகர்த்தி உள்ளே செல்லப் பார்த்தேன் ஆனால் அக்கூடை அதிக எடையாக தெரிந்தது.நானும், பூக்களை அகற்றி பார்க்க உறைந்து போய் விட்டேன். "அக்கூடையில் இருந்தது ஒரு பெண்.மூன்று நாட்களுக்கு முன் காணாமல் போய்விட்டாள் என்று செய்திகளில் பரபரப்பாக பேசப்பட்ட அந்தப் பெண்தான்".

நான் அதிர்ச்சியில் அங்குள்ள பொருளை தட்டிவிட்டதால், அவர்கள் மேலே ஓடி வந்தனர்.

                    வாழ்க்கையின் நிமிடங்கள்

என்னை தாக்கினார்கள் அறையிலே மயங்கி விழுந்தேன்.என்ன நடக்க போகிறது என்பது கண்முன்னே வந்து போனது. சிறிது நேரத்தில் மயக்கம் தெளிந்தது. அவர்கள் எல்லோரும் கீழே அமர்ந்து மது அருந்திக் கொண்டிருந்தார்கள். நான் அவர்களுக்கு தெரியாமல் வெளியே வரும் போது அஸ்வின் பார்த்துவிட்டான்.

அங்கிருந்து ஓடினேன் அவர்கள் துரத்த ஆரம்பித்தார்கள் . நானும் ஓடி இங்கு வந்துவிட்டேன் என்று சொல்லிக் கொண்டே பின்னே ஓடிவருபவர்களை காட்டினாள் அகல்யா..

இதைக்கேட்ட வருண் மனம் கலங்கி போனான். பின்னர் "அகல்யா வருண் பின்னே மறைந்து கொண்டாள்". அஸ்வினும் நண்பர்கள் இரண்டு பேரும் வருணை தாக்கினார்கள். நீ எப்படியாவது இந்த மிருகங்களிடமிருந்து தப்பித்து விடு அகல்யா" என வருண் கூறினான். "அகல்யா ஓட ஆரம்பித்தாள். அவர்களும் துரத்த ஆரம்பித்தார்கள். வருண் சிறிது நேரம் கழித்து எழுந்து , அகல்யாவைத் தேடி ஓடினான். அவர்கள் சென்ற திசையிலே ஓடிச்சென்று வருண் அங்கும்

இங்கும் சுற்றிப்பார்த்தான் யாரையும் காணவில்லை.

அகல்யா, அகல்யா எனக் கத்தினான் வருண், "அங்கு ஒர் மரத்தின் அருகில் அகல்யா வாயை பொத்தி அஸ்வின் பிடித்திருந்தான்".வருணும் விடாமல் தேடிக்கொண்டிருக்க நேரம் காலை ஐந்து மணியானது. வருணும் மெல்ல அந்த பாலத்தில் நடந்து சென்றான், அங்கேயே அமர்ந்தான் அகல்யாவுக்கு என்ன நடந்தது என்று தெரியாமல் களைத்து போய் அங்கேயே படுத்துவிட்டான்.

விடிந்தது காலை ஏழு மணியிருக்கும் வருண் அங்கிருந்து நடந்துச் சென்று ஒரு கடையில் தேநீர் குடித்தான். அப்போது அவன் பார்த்த செய்தியை கண்டு தரையிலே விழுந்தான் அருகிலுள்ளவர்கள் அவனை தண்ணீர் தெளித்து எழுப்பினார்கள். அங்கு தலைப்புச்செய்தி, "பிரபல சாப்ட்வேர் நிறுவனத்தில் பணிபுரியும் அகல்யா என்ற பெண் கடலில் குதித்து தற்கொலை செய்து இறந்துவிட்டதாக செய்திகளில் ஒளிபரப்பாகி கொண்டிருந்தது.

வருணுக்கு ஒன்றும் புரியவில்லை, இந்த இடம் நேற்று அகல்யாவை சந்தித்த இடமறுகே தானே இருக்கிறது. அஸ்வினும் நண்பர்களும் தானே அவளை துரத்திச் சென்றார்கள். இன்று செய்தியில் இப்படி ஒளிப்ரப்பாகிறதே என ஒரே குழப்பம் வருணுக்கு ஒன்று மட்டும் தெளிவானது அஸ்வின் தான் அகல்யாவை ஏதோ செய்திருக்கிறான் என முடிவெடுத்தான்.

இதனால்தான் வருணால் அகல்யா என்ற பெயரை தன் மனதிலிருந்து நீக்க முடியவில்லை. வருண் அஸ்வினைத் தேடிச்சென்றான். அதற்கு

மறுநாள் ஒரு தலைப்புச்செய்தி "அஸ்வின் என்ற இளைஞர் தற்கொலை செய்துகொண்டார்" என செய்திகளில் ஒளிபரப்பானது. இதுபோன்ற தற்கொலைகள் தொடர்ந்து நடந்துகொண்டே இருந்தது.

வருணுக்கு அகல்யா என்ற கதாபாத்திரம் தன் வாழ்வில் ஒரு காற்றைப்போல் வந்து போன உறவு என்பதை மறந்து நெடுநாள் சந்தித்து பழகிய உறவாகவே கருதி வாழ்ந்தான். இதுவே வருணுக்கு ஏற்பட்ட மனநோய். இது வருணக்கு ஏற்பட்ட "மனநோய் என்று சொல்வதை விட அகல்யாவின் மீது வருணுக்கு ஏற்பட்ட "ஊமைக்காதல்" என்றே கூறவேண்டும்".

இதுவே வருணுக்கு ஏற்பட்ட மனநோய் என கிரிஸ்டினாவிடம் டாக்டர் கூறியது. ஆனால் கிரிஸ்டினா ஏன் வருணை நிராகரித்தாள் ??? இதற்காகதான் நிராகரித்தாளா?? இல்லை. வேறு எதாவது காரணம் இருக்கிறதா???அஸ்வினுக்கும் கிரிஸ்டினாவுக்கும் என்ன சம்பந்தம்????

 வாழ்க்கையின் நிமிடங்கள்

கண்மூடும் வேளை

"இமைமூடும் வேளையில் நம் வாழ்க்கை மாறிவிடாதா என்ற ஏக்கத்தோடு தன் வாழ்வை கழிக்கும் மனிதர்கள் பல"

"முகிலன்" சராசரி மக்களைப் போலவே கனவு இலட்சியம் வாழ்க்கை போராட்டம் என இச்சமூக நியதிக்கு உட்பட்டு வாழும் நடுத்தர குடும்பத்தில் பிறந்தவன்.சிறுவயதிலேயே தந்தையை இழந்த முகிலன் முட்டி மோதி போராடி ஒருவழியாக பொறியியலில் இளங்கலைப்பட்டம் பெற்றுள்ளான். அவனுக்கு ஒரு இலட்சியம் எப்படியாவது அரசுவேலைக்கு போக வேண்டும்.

இவனின் தேவைக்காக சிறுவயதிலிருந்தே கிடைக்கும் வேலைகளை பார்த்துக்கொண்டே படித்தான்.கூலி வேலைக்கு செல்வது, ஹோட்டலில் டேபிள் துடைப்பது என எந்த வேலையானாலும் செய்து தனது படிப்பினை நிறைவு செய்தான். முகிலனுக்கு "நண்பர்கள் வட்டாரம்"அதிகம் உண்டு என்பதால் அதுவே அவன் சோகம் மறந்து வாழும் ஒரு தளமாக அமைந்தது.

அவன் போட்டித் தேர்விற்காக பயிற்சி அளிக்கும் நிறுவனங்களுக்கு சென்று கட்டண விபரங்கள் எல்லாவற்றையும் கேட்டு தெரிந்து கொண்டான். ஆனால் அதில் சேரும் அளவிற்கு முகிலனிடம் பணம் இல்லை. இணையம் மூலமாக இலவச பயிற்சி நடைபெறுவதாக நண்பர்கள் கூற, தன்னிடம் கைப்பேசி இல்லை என்று மிகவும் வருந்தினான் .எப்படியாவது குறைந்த விலைக்கு

 வாழ்க்கையின் நிமிடங்கள்

ஒரு கைப்பேசி வாங்க வேண்டும் என்று முடிவெடுத்தான்.

பயிற்சி நிறுவனத்தில் கேட்டுவிட்டு வந்தபின் அதை நினைத்து ஒரு பேருந்து நிலையத்தில் பைத்தியம் போல் அமர்ந்திருந்தான்.பின்பு வீட்டிற்குச் சென்றதும் அவன் அம்மா "தேவி". முகிலனிடம் உன்பாட்டி"கோகிலா" உன்னை நாளை கண்டிப்பாக ஊருக்கு வரச்சொன்னார். நாளை அங்குத் திருவிழா ஆரம்பமாகிறதாம் நீ கண்டிப்பாக போக வேண்டும் என அம்மாவும் கூறினாள்.சரி வா வந்து சாப்பிட்டுவிட்டு போய் தூங்கு என்றாள் உணவருந்தி விட்டு சில மணித்துளிகள் கழித்து முகிலன் உறங்கச்சென்றான் .

மறுநாள் மாலைநேரம் முகிலன் கிளம்பி பாட்டி ஊருக்குச் சென்றான், சிறிதுநேரம் உறவினர்களிடம் பேசிவிட்டு பின்னர் பாட்டி கோகிலாவை பார்க்க கிளம்பினான். என்ன பேராண்டி இந்தகிளவி இருக்கிறதை மறந்துட்ட போல இப்படி திருவிழா வந்தாதான் உன்னை பார்க்க முடிகிறது என்று நகைப்பாக பேசிக் கொண்டிருந்தாள் பாட்டி. முகிலன் சிரித்துக்கொண்டே பாட்டியிடம் உரையாடிக் கொண்டிருந்தான்.சரி பாட்டி வா கோவிலுக்கு போகலாம் என்று முகிலன் கூறினான்.

இது ஒரு "புகழ்பெற்ற சக்தி வாய்ந்த கடவுளென்றும், இங்கு வந்து வணங்கி விட்டுச் சென்றால் நினைத்து நடக்கும்" என்பது இவ்வூர் மக்களின் நம்பிக்கை. என்னையும் அதற்காகவே பாட்டி வரச்சொல்லியிருக்கிறார்.எனக்கு சீக்கிரம் வேலை கிடைப்பதற்கு சிறப்பு வேண்டுதல் செய்யப் போராங்களாம். எனக்கு நம்பிக்கை இல்லாவிட்டாலும் அம்மாவுக்காகவும்,

பாட்டிக்காகவுமே இங்கு வந்துள்ளேன். பாட்டி கோவிலுக்குள் சாமி கும்பிட சென்றார் முகிலன் பாணிபூரி சாப்பிடுவதற்காக கடைக்குச் சென்றான். அவன் கடையறுகே நின்று கொண்டிருக்கும் போது அங்கு ஒருவர் முகிலனை நோக்கி வந்து பேசினார். என் பெயர் "வளன்" எனக்கு ஒரு உதவி செய்ய முடியுமா எனக் கேட்க சொல்லுங்கள் என்னால் முடிந்ததை செய்கிறேன் என்றான் முகிலன். சிறிது நேரத்தில் வர்மன் என்பவர் இங்கு வருவார் அவரிடம் இந்த பையை கொடுக்க வேண்டும் எனக் கூறினார். பையில் மேலோட்டமாக துணிகள் இருந்தது வளனும் பையை கொடுத்து விட்டு கிளம்பினார்.

பை அதிக எடை இருந்ததால் முகிலன் சந்தேகித்து துணிகளை அகற்றி உள்ளே பார்த்ததும் அதிர்ந்து போனான் சற்றுநேரம் யோசித்து இதில் கொஞ்சம் பணம் எடுத்து விடுவோமா என ஏதேதோ யோசித்தான். பின் இதை வர்மனிடம் கொடுக்க வேண்டும் என முடிவு செய்து அவருக்காக காத்திருந்தான். ஒரு மணிநேரம் ஆகியும் வர்மன் என்று எவரும் வரவில்லை அங்கு கூட்டம் அதிகமாக இருந்ததால் உள்ளே சென்ற பாட்டியும் வெளியே வரவில்லை. முகிலன் வேகமாக நடந்து கண்காணிப்பு அறைக்குச் சென்று ஒலிப்பெருக்கியில் " வர்மன் எங்கிருந்தாலும் இங்கு வாருங்கள்" மேலும் வளன் என்பவரும் இங்கு வாருங்கள் என்று அறிவிப்பு செய்தனர் வெகு நேரம் காத்திருந்தும் யாரும் வரவில்லை.

தம்பி நீங்கள் சொன்ன பெயரில் இங்குயாரும் இல்லையென நினைக்கிறேன், இந்தப் பையை நீங்களே எடுத்துச் செல்லுங்கள் என விழா கமிட்டியார் கூற, குளம்பிப் போய் நின்றிருந்தான் முகிலன்.

பாட்டியும் வெளியே வந்தார். எல்லாம் முடிந்தது வா வீட்டிற்கு போகலாம் என அழைத்தாள்,முகிலனும் பாட்டியோடு வீட்டிற்குச் செல்லும்போது முகிலன் என யாரோ கூப்பிடுவது போலிருந்தது திரும்பி பார்த்தால் யாருமில்லை. திரும்பி பார்க்காமல் பாட்டியுடன் வீட்டிற்குச் சென்றான் முகிலன். வீட்டில் அமர்ந்து யோசிக்க தொடங்கினான் "ஒரு வேளை கைப்பேசி வாங்குவதற்கும், எனது தேவைக்கும் பணம் வேண்டும் என்று கோவிலில் புலம்பியது கடவுளுக்கு கேட்டுவிட்டதா" என தனக்குத்தானே பேசிக்கொண்டிருந்தான். என்னடா தூங்காமல் புலம்பிக் கொண்டிருக்கிறாய், என பாட்டி கேட்க பாட்டியிடம் காலை சீக்கிரமாக நான் ஊருக்குப் போக வேண்டும் எனக்கூறிவிட்டு தூங்கினான்.

அதிகாலையில், பாட்டியிடம் கூறிவிட்டு கிளம்பினான். பாட்டி அவனுக்கு போக்குவரத்திற்காகவும், அத்தியாவசிய செலவிற்கும் கொஞ்சம் பணம் கொடுத்தாள். வேண்டாம் பாட்டி என்னிடம் இருக்கிறது என முகிலன் கூறினான், நீ உன் உடம்பை நன்றாக

 வாழ்க்கையின் நிமிடங்கள்

கவனித்துக்கொள் நான் செல்கிறேன் எனக்கூறிவிட்டு வேகவேகமாக நடக்க ஆரம்பித்தான்.

ஒரு வழியாக பேருந்து நிலையத்தை அடைந்த முகிலன் அங்குள்ளவர்களிடம் கோட்டுக்கரை ஊருக்கு எப்போது பேருந்து வரும் எனக் கேட்டான். இது பேருந்து வரும் நேரம் தான் தம்பி என ஒருவர் கூறினார்.

பேருந்தும் வந்தது முகிலன் உள்ளே ஏறி நின்று கொண்டிருந்தான். வீட்டிற்கும் செல்லும் வரை பேருந்தில் அக்கம் பக்கம் பேசாமல் பணத்தை பற்றியே நினைத்துக்கொண்டிருந்தான்.

பயிற்சி நிலையத்தில் சேர வேண்டும்,கைப்பேசி வாங்க வேண்டும், படிக்க புத்தகம் வாங்க வேண்டும் என பல எண்ணங்கள் ஓடின முகிலனுக்குள்ளே. அவனின் நிறுத்தமும் வந்தது இறங்கி வீட்டிற்குச் சென்று கொண்டிருந்தான் ஒரு வழியாக முகிலன் அவன் வீட்டை அடைந்தார்.

அவன் அம்மா உறங்கி கொண்டிருந்ததால் அவளை எழுப்பாமல் பூனை போல் உள்ளே சென்று அந்த பையை வீட்டில் வைத்துவிட்டு உறங்கினான் முகிலன்.

காலை எழுந்து அம்மாவிடம் அங்கு வைத்த பையை எங்கே என்று கேட்டான்.என்ன பை ? எங்கு வைத்தாய்? என அம்மா கேட்டார். உனக்கு இன்னும் தூக்கம் தெளியவில்லை போலயே ?

முகிலன் பெரும் பதற்றத்தோடு போய் பையை தேடிப் பார்த்தான் எங்குமே காணவில்லை.அம்மாவிடம் கத்திக் கொண்டே இருக்க கைப்பேசியிலிருந்து அலாரம்

     வாழ்க்கையின் நிமிடங்கள்

அடித்தது.எழுந்து அதை நிறுத்திவிட்டு அம்மாவைப் பார்த்தான். அவள் முகிலனைப் பார்த்து உனக்கு என்னடா ஆயிற்று தூங்கி எழுந்ததும் இப்படி பைத்தியம் மாதிரி உலறுகின்றாய் உனக்கு இன்னும் தூக்கம் தெளியவில்லையா என அம்மா கேட்டார் .

அம்மா நான் கோவில் திருவிழாக்கு போகவே இல்லையா என முகிலன் கேட்க இன்று மாலை தான் போக வேண்டும் என அம்மா கூற முகிலன் பை வைத்த இடத்தையே ஒரு ஏக்கத்தோடு பார்த்து கொண்டிருந்தான்.

சரி நாம் உழைத்தால் மட்டுமே நமக்கு பணம் கிடைக்கும் என அவனுக்கு அவனே ஆறுதல் கூறி வேலைக்குச் செல்வதற்காக குளிக்க சென்றான்.

"பல நடுத்தர மக்களின் எதிர்கால

கனவு இறுதி வரை கனவாகவே
மாறிவிடுகிறது"..

காட்டுவாசி

"மழையும் மலையும்
ஒளியும் ஒலியுமாய்
இயற்கையால் சூழ்ந்துள்ள இப்பூமியில்
நீயும் நானும் எறும்பினைப் போல்"

சுபாஷ் அவன் நண்பர்களுடன் கபடி விளையாடுவதற்காக திருநெல்வேலியிலிருந்து தேனிக்கு சென்றிருந்தான்.முருகன்,முகேஷ் மாரி,முகமது,அப்துல்,பிரதீப், மைக்கேல் என தனது 15 நண்பர்காளுடன் சென்றார்கள். முதல் நாள் போட்டியில் சுபாஷ் மற்றும் மாரியின் ஆட்டத்தால் அவர்கள் அணி முதல் போட்டியை வென்றது. மேலும் 4 போட்டிகள் மீதமிருந்தது அதனால் அவர்கள் அங்கேயே தங்கியிருந்தனர்.

அடுத்தநாள் தான் இரண்டு போட்டிகள் இருந்தது. அதனால் அவர்கள் ஊரைச் சுற்றிப்பார்க்க முடிவு செய்தனர். சுபாஷ் தன்னுடைய நண்பர்களுடன் அருகிலுள்ள ஒரு சிறிய அளவிலான பூங்காவிற்கு சென்றான். அந்த பூங்காவினுள் சுற்றிப் பார்த்து ரசித்தனர். சிலர் புகைப்படம் எடுத்துக் கொண்டனர்.

அவரவர் காதலிக்கு,அவ்விடத்தை வீடியோகால் மூலம் காண்பித்தனர். அங்குள்ளவர்களில் சுபாஷ், மைக்கேல், குமார், இந்த மூவருக்கு மட்டும் காதலி கிடையாது. என்னதான் சுபாஷ் படித்திருந்தாலும் அவன் வீட்டிலுள்ளவர்கள் சாதிப் பாகுபாடு பார்ப்பவர்கள். ஆனால் சுபாஷிற்கு இதெல்லாம் பிடிக்காது அவன்

சாதி ,மதம் எனப் பிரித்து பார்க்காமல் எல்லோரிடமும் அன்பாகவே பழகுவான்.சுபாஷிற்கு இயற்கை என்றால் மிகவும் பிடிக்கும். எந்த ஒரு சிறிய நிகழ்வுகளையும் கைப்பேசியில் புகைப்படம் எடுத்து விடுவான் அப்படி எடுத்துக் கொண்டிருக்கும் போது ஒரு குருஞ்செய்தி ஒன்று வந்தது.

இன்று மாலை ஒரு போட்டி நடத்துவதற்கு கமிட்டியார் முடிவு செய்துள்ளதாகக் குறுஞ்செய்தி வந்தது. அங்கும் இங்குமாக சுற்றித்திருந்த தன் நண்பர்கள் அனைவரையும் அழைத்து இந்த தகவலைக் கூறினான்.

அனைவரும் இந்த போட்டிக்கு தயாரானார்கள் அன்று போட்டியிலும் சுபாஷ் அணியினர் மிகச்சிறப்பாக விளையாடினார்கள். அன்றிரவு உணவருந்திவிட்டு ஒருவருக்கொருவர் பேசிக்கொண்டு மறுநாள் காலையிலே ஒரு போட்டி இருந்ததால் அனைவரும் சீக்கிரம் தூங்கச் சென்றனர். முதல் போட்டி முடித்து விட்டு அறையிறுதிக்கு முன்னேறி அதிலும் வெற்றி பெற்றனர். பிறகு வேறு ஒரு அணியுடன் இறுதி ஆட்டத்தை ஆடி வெற்றியும் பெற்றனர். சுபாஷ் அணி வெற்றி பெற்றதாக அறிவித்தனர். கோப்பையும் ஒரு லட்சம் பரிசுத் தொகையும் பெற்றனர்.

அவ்வூர் மக்கள் இவர்களை தலை மேல் தூக்கி கொண்டாடினார்கள். மேலும் இரண்டு நாட்கள் அங்கு தங்கும்படி கேட்டுக் கொண்டனர். சுபாஷ் இவர்களின் வேண்டுகோளை தன் நண்பர்களிடம் கூறினான். அனைவரும் அதற்குச் சம்மதித்தார்கள்.

சுபாஷுக்கு அப்பா,அம்மா இல்லை. அவன் பெரியப்பா வீட்டிலே வளர்ந்தான்.அதனாலே சுபாஷ் ஒரு தனிமை விரும்பி மேலும் இயற்கை விரும்பி. அவனுக்கு நண்பர்களுடன் இருப்பது மிகவும் பிடித்த ஒன்றாகும். அவனுக்கு மிகவும் பிடித்த இயற்கை அமைப்புகள் இப்பகுதியில் ஏராளமாக இருக்கின்றன.

அவர்கள் ஒரு வீட்டில் தங்கினார்கள். அவர்கள் தங்கப் போகின்ற ஊரைப்பற்றி கூறியே ஆக வேண்டும். இயற்கையே அரணாய் அமைந்த மேற்கு தொடர்ச்சி மலையின் அடிவாரத்தில் இவ்வூர் அமைந்திருந்தது. ஊரைச்சுற்றி இரு பக்கமும் மிகப்பெரிய காட்டாறு ஓடிச்சென்று வெகு தொலைவில் ஒன்றாக இணைகிறது. இது மட்டுமல்லாமல் ஊரின் புரத்தே மிகப்பெரிய ஏரி ஒன்றும் அமைந்துள்ளது.அதனால் காலையில் கதிரவன் அந்த ஏரியின் உள்ளிருந்து வருவது போல காட்சியளிக்கும். இந்த இயற்கை அழகை ரசித்துக் கொண்டே இருக்கலாம் போலிருக்கிறது என சுபாஷ் தன் நண்பர்களிடம் கூறினான்.

இப்படி ஊரின் அழகைப்பற்றி வர்ணித்துக் கொண்டே இருந்தான் சுபாஷ். நண்பர்கள் அனைவரும் சாப்பிட்டு விட்டு உறங்க சென்றனர். சுபாஷ் மாடிக்குச் சென்று இருட்டினில் நிலவொளியின் மூலம் இக்கிராமத்தின் அழகை ரசித்துக் கொண்டிருந்தான். மலையடிவாரம் என்பதால் அதிகளவு பனி மூட்டம் இருந்தது.பின்னால் யாரோ வருவது போலிருந்தது

சுபாஷ் திரும்புவதற்குள் அந்நபர் சுபாஷை பயங்காட்ட, யாரென்று பார்க்கையில் அது மைக்கேல்.டேய் நீ என்னடா இந்த நேரத்தில் பேய் மாதிரி வந்து நிற்கிறாய். உனக்கு தூக்கம் வரவில்லையா என சுபாஷ் கேட்க இல்ல சுபாஷ் இந்த இரவு நேர காட்சி என்னை இழுத்துக்கொண்டு இங்கு வந்துச் சேர்த்தது என்றான். பின்னர் கவிதை ஒன்றை கூற ஆரம்பித்தான் மைக்கேல்.

"தொங்கும், மேகக்கூட்டம் நடுவே
அழகாய் ஓர் வெண்ணிற மதியொன்று
மலைமேல் உரசுவது போல ஒளிர்கிறது
அழகு ஆந்தை அகவுகிறது
தெளிந்த வானில் எண்ணற்ற விண்மீன்
தெரிகிறது ஏரியினில்"...

சுபாஷ் இந்த அழகை ரசித்துக் கொண்டிருக்கையில் ஓர் அதிசயத்தைக் கண்டான். எண்ணற்ற விண்மீன் கூட்டங்கள் மலையின் நடுவே அங்குமிங்குமாய் மின்னிக் கொண்டிருந்ததைப் பார்த்தான். அதை மைக்கிலிடமும் காட்டினான்.

இருவரும் ஆச்சர்யத்தில் உறைந்து போய் பார்த்துக் கொண்டிருக்கையில் பின்பக்கம் இருந்து ஓர் குரல். என்ன தம்பிகளா இன்னும் தூக்கம் வரவில்லையா என்று கேட்டுக்கொண்டே வயதான முதியவர் வந்து கொண்டிருந்தார். இருவரும் தாத்தா உங்களுக்கு தூக்கம் வரவில்லையா யார் நீங்கள் எனக் கேட்டார்கள். என் பெயர் காத்தவராயன், நான் இந்த ஊர் காவல்காரன் இந்த வீடும் என்னுடையது தான் என்றார். அப்படியா தாத்தா எங்களுக்கு தெரியாது நாங்கள் ஊருக்கு புதிது என்றான் சுபாஷ்.

உங்களை நாங்கள் காலையில் பார்க்கவே இல்லையே எனக் கேட்டான் சுபாஷ்.அதுவா நான் வெளியூருக்குச் சென்றிருந்தேன் என தாத்தா பதிலளித்தார். சரி தாத்தா "அந்த மலையின் நடுவே விண்மீன்கள் அங்கும் இங்குமாய் சிதறிக்கிடப்பது போல காட்சியளிக்கிறதே?",ஏன் தாத்தா என சுபாஷ் கேட்டான். அதுவா, தம்பி அது விண்மீன் கிடையாது அதுவும் ஒர் சிறு கிராமம் தான். காட்டுவாசி பயலுக வசிக்கிற "புத்தமலை கிராமம்", என்று தாத்தா கூறினர் அப்படியா என கேட்க, அது ஒரு பெரிய கதை காலையில் சொல்கிறேன். நீங்கள் உறங்கச் செல்லுங்கள் பனி அதிகமாக உள்ளது எனக் கூறிவிட்டு தாத்தா கிளம்பினார்.

பொழுதும் விடிந்தது அதிகாலையில் அந்த ஏரியின் ஊள்ளிருந்தே கதிரவன் வருவது போன்ற காட்சி அதை கண்ட சுபாஷ் ரசித்துக் கொண்டே ஒரு புகைப்படம் எடுத்துக் கொண்டான். இரவில் தெரிந்த விண்மீன் கூட்டத்தை மலையில் தேடினான் தெரியவில்லை. சுபாஷ் நண்பர்கள் ஊரைச் சுற்றிப்பார்க்க கிளம்பினார்கள். சுபாஷ் மற்றும் மைக்கேல் இருவர் மட்டும் காத்தவராயன் தாத்தாவை தேடி அதைப் பற்றிக் கேட்கச் சென்றார்கள். அவரும் கூற ஆரம்பித்தார்.

அது ஒரு கீழ்சாதி மக்கள் வசிக்கும் புத்த மலை என்ற சிறு கிராமம் தான். அங்கு குறைந்த அளவிலே குடும்பங்கள் இருக்கிறது என்று கூற சுபாஷுக்கு கீழ்சாதி என்று கூறியதும் கோபப்பட்டு விவாதிக்க நினைத்தான். ஆனால் அவர் கூறுவது தடைப்பட்டு விடக்கூடாது என்பதற்காக மௌனம் காத்தான்.

தாத்தா, கதையை தொடர்ந்தார்..

அக்கிராமத்தில் உள்ளவர்கள் அதிகமாக வெளியே வருவதில்லை. அந்தக் காட்டுக்குள்ளே தன் வாழ்வை கழிக்கின்றனர் என கூறிக்கொண்டே இருந்தார். சுபாஷுக்கு அந்த கிராமத்திற்கு எப்படியாவது செல்ல வேண்டும் என்ற ஆர்வம் அதிகரித்தது.

எப்படியாவது பார்த்து விட வேண்டுமென்றே தன் நண்பர்கள் சில பேரை அழைத்துக் கொண்டு அக்கிராமத்தை நோக்கிச் சென்றார்கள். செல்லும் வழியில் ஆங்காங்கே ஒரு சில எச்சரிக்கை பலகைகள், இருப்பதைக் கண்டனர். அதில் "இவ்விடம் மிகவும் பாதுகாக்கப்பட்ட பகுதி, **இங்கு யானைகள் நடமாட்டம் அதிகம் உள்ள பகுதி கவனமாக செல்லவும்**",என்று எழுதப்பட்டிருந்தது. மேலே செல்ல செல்ல தனித்தனியாக வீடுகள் இருப்பதை கண்டனர். சுபாஷும், மைக்கேலும் அவ்வூர் மக்களிடம் கொஞ்சம் பேச்சுக்கொடுக்க இருவரும் அதிர்ந்து போனார்கள்.

தன் நண்பர்கள் அனைவரும் அங்குமிங்கும் பிரிந்து இயற்கை அழகை ரசித்துக் கொண்டிருந்தனர். சுபாஷ், மைக்கேல், செய்யது மூவரும் அக்கிராம மக்கள் பேசியதில் கூனிக்குருகி நின்றார்கள்.

அவர்கள் கூறியது,புள்ளைகளா நீங்கள் எப்படி இங்கு வந்தீர்கள், உங்களை கீழே உள்ள கிராமத்தினர் எப்படி இங்கு செல்வதற்கு அனுமதித்தார்கள் என கேட்க? நாங்கள் யாரிடமும் கூறாமல் தான் வந்துள்ளோம் என்றான் சுபாஷ், ஏன் இப்படி கேட்கிறீர்கள் என வினவ நாங்கள் கீழ்சாதி அடிமைகள், என்றெல்லலம் கூறி எங்களை ஒதுக்கி வைத்துள்ளார்கள் தம்பிகளா என்றார்கள். காரணம் அவ்வூரில் உள்ள சில பேர்

அரசாங்கதிற்குத் தெரியாமல் நிலத்தை ஆக்கிரமிப்பு செய்து, அதில் எங்களை கூலிக்கு வேலை செய்யுமாறு வற்புறுத்தினார்கள் ", நாங்கள் அதை மறுக்கவே இங்கு யாரையும் வர விடமாட்டார்கள், ஒரு இளைஞன் மட்டுமே அடிக்கடி வந்து போவான், எங்களுக்காக சட்ட உதவிகளையும் செய்கின்றான்" என்று விரிவாக கூறினார் மலையன்.

இன்னும் சொல்லப் போனால் நாங்கள் யாரையும் இடையூறு செய்யவில்லை விவசாயம் செய்கிறோம் இக்காட்டிலே ஒருவருக்கொருவர் பொறாமையின்றி ஆனந்தமாய் தான் வாழ்கிறோம். இங்கு தலைவன் தொண்டர்கள் என்ற பாகுபாடு கிடையாது. ஆதரவற்ற பெண்களுக்கு அடைக்கலமும் கொடுக்கின்றோம். இங்கு சுற்றிப்பார்க்க வருபவர்களை நன்கு உபசரிக்கின்றோம். எங்களை நாடி யார் வரினும் அடைக்கலம் கொடுக்கின்றோம் அறுசுவை உணவு பகிற்கிறோம் பின்னர் எங்களை ஏன் கீழ்மக்கள் என்றே அழைக்கின்றார்கள் என ஒரு ஏக்கத்துடன் கேட்டார்? சுபாஷ், மைக்கேல், செய்யது மூவரும் உடைந்து போய் அவரை கட்டி அணைத்தனர்.

ஐயா வருத்தப்படாதீர்கள் இம்மக்களின் சார்பாக நான் மன்னிப்பு கேட்கிறேன். இந்நிலமையை மாற்றுவதே எனது வாழ்க்கை பயணம் என்றான் சுபாஷ்.

அவருடன் மேலே சென்றனர்.மலைகளிலிருந்து ஓடிவரும் தண்ணீர்கள் இங்கு ஒரு இடத்தில் சேமிக்கப்பட்டுள்ளது. அதை பார்ப்பதற்கு ஒரு சிறு அணை போலே இருந்தது. "மேலே செல்ல செல்ல அமைதியும் இயற்கையின் மொழியும் காதில் கேட்டது","பறவைகள், பூச்சிகளின் சத்தம் என

 வாழ்க்கையின் நிமிடங்கள்

இயற்கையின் உரையாடலை" கேட்டனர். இவர்கள் புத்த கிராமத்தைச் சேர்ந்த மலையன் என்ற இளைஞருடன் மேலே சென்று கொண்டிருக்க, சுபாஷின் நண்பர்கள் எங்கு சென்றார்கள் என அறியவில்லை.

தூரத்தில் மூங்கிலால் ஒரு பெரிய வீடு தெரிகிறதே என்றான் சுபாஷ், அது சுற்றுலா பயணிகளுக்காக கட்டப்பட்டது தான் என்றான் மலையன். அதற்கு கொஞ்சம் தொலைவில் தேயிலை தோட்டத்தில் புத்தமலைப் பெண்கள் வேலை செய்து கொண்டிருந்தனர்.

"அம்மலையில் அழகான இயற்கைச் சூழலில், அந்த பணிப்பெண்களின் நாட்டுப்புற பாடலும்" என ஒவ்வொன்றாக ரசித்துக் கொண்டு மெய்மறந்து கண்களை மூடி கைகளை விரித்து சத்தமிட்டு கத்தினான்.

"என்ன தவம் செய்தேனோ
இவ்வழகை கண்டிடவே
இருவிழிகளும் போதவில்லையை
இவ்வழகை நான் கண்டிடவே
இம்மூலிகை காற்றை சுவாசித்திட
நான் என்ன தவம் செய்தேனோ"…

தூரத்தில் ஒடுங்கள் ஒடுங்கள் என்று கூறிக்கொண்டு பணிப்பெண்கள் ஓடிவந்தனர், அவர்கள் எதற்கோ இப்படி ஓடி வருகிறார்கள் எனக் கேட்க, "மலையன் ,அது வெறொன்றுமில்லை காட்டுயானை தான், ஒன்றும் செய்துவிடாது, நீங்கள் சத்தமாக கத்தியதால் தான் இங்கு வருகிறது. நாம் இப்போது மூங்கில் விட்டுக்கு செல்ல வேண்டும் வரைவாக ஓடுங்கள் என்று மலையன் கூற அனைவரும் ஓட ஆரம்பித்தனர். சுபாஷ் தன் மற்ற நண்பர்கள்

 வாழ்க்கையின் நிமிடங்கள்

எங்குள்ளனர் எனப் புலம்ப ஆரம்பித்தான். ஒரு வழியாக அவர்கள் மலையனுடன், மூங்கில் வீட்டிற்கு சென்றனர். அந்த வீடு இரண்டு அடுக்காக இருந்தது,இவர்கள் கீழ் அடுக்கில் இருந்தனர், கீழே யானை வீட்டைச் சுற்றி சுற்றி வந்தது.

மேல் பகுதியில் ஏதோ ஒரு சத்தம்.பொருட்கள் எல்லாம் கீழே விழும் சத்தம் இம்மூவரும் அதிர்ந்து போயிருந்தனர். மலையனுக்கு இது புதிதல்ல. அவன் இங்கு கரடிகளும், உண்டு என்று சாதாரணமாக கூறி பதட்டத்தை கிளப்பினான். சுபாஷுக்கும் அவன் நண்பர்களுக்கும் என்ன செய்வதென்றே தெரியவில்லை, கீழே யானை நின்றுகொண்டு இருக்கிறது, மேலே கரடி வேறு நாம் என்ன செய்ய போகிறோமோ என்று புலம்பி அனைவரும் பதட்டத்தில் உறைந்து போயிருந்தனர்.

அந்தபக்கம் வேலை செய்யும் பெண்கள் தங்குவதற்கு இதுபோன்றே சிறு மூங்கில் கூடாரம் இருந்தது. அவர்களும் பதட்டத்திலிருந்தனர், காரணம் தன்னுடன் வேலை செய்த இரு

     வாழ்க்கையின் நிமிடங்கள்

பெண்களை காணவில்லை. என்று அங்கிருந்து சத்தமாக கத்தினார்கள். இரு இடத்திலுள்ளவர்களும் பதட்டத்தில் உறைந்து போயிருந்தார்கள். மலையன், அனைவரிடமும் கவனமாக இருக்க சொன்னான், மேலடுக்கிலிருந்து, "ஒரு குட்டி கரடி கீழே விழுந்துதும் அனைவரும் எகிரி குதித்து ஓட முற்பட்டனர்" மலையன் அந்தக் கரடியை கையில் எடுத்து சுபாஷ் அருகே கொண்டுச் செல்ல" , அண்ணா ஏன் இப்படி செய்கிறீர்கள்' கொஞ்சம் திரும்பி பாருங்கள் சுபாஷ்' என்று கூற அனைவரும் மலையனை பார்த்தனர். அதைப் பார்த்ததும் அவர்களின் முகத்தை பார்த்து மலையன் சிரித்தான். காரணம்,மலையன் கையில் இருந்தது சிறிய கருப்பு நிற கரடி பொம்மையே"!

மேலேயிருந்து என்னோட கரடி பொம்மை, கீழே விழுந்து விட்டதா என்று ஓர் பெண்ணின் குரல்.பின்பு மலையன் சுபாஷிடம் இனி ஐயம் கொள்ள தேவையில்லை இது எங்கள் ஊர் பெண்கள் தான், நமக்கு முன்னே இங்கு வந்துள்ளார்கள் என கூறினான்."அந்த பொம்மையை பார்த்ததும் மலையன் அந்த மறக்க முடியாத சம்பவத்தை நினைத்துப் பார்த்தான். பொம்மையை கையில் பிடித்துக்கொண்டே"

அண்ணா பொம்மையை பார்த்து என்ன யோசிக்கிறீர்கள் என சுபாஷ் கேட்க.அச்சம்பவத்தை பற்றி கூற ஆரம்பித்தான் மலையன். இந்த பொம்மை யாருடையது தெரியுமா என ஆரம்பித்தான்.

"ஒன்பது வருடங்களுக்கு முன்பு சென்னையில் இருந்து ஒரு குடும்பம் இங்கு சுற்றிப்பார்க்க வந்தார்கள் அவர்களுடன் ஒரு குட்டிப் பொண்ணும் வந்தாள், அவள் பெயர் யாழினி.மிகவும் அழகாக

இருப்பாள். அவர்களும் இதே மூங்கில் வீட்டிற்கே வந்து, இங்கிருந்து இயற்கை அழகை ரசித்தார்கள். அவர்கள் சுற்றிப்பார்க்க நான் உதவியாக வந்தேன். அந்தப் குட்டிப் பெண் என்னுடனே இருந்தால். தூரத்தில் ஒரு சத்தம் காப்பாற்றுங்கள் காப்பாற்றுங்கள் என்று கேட்டது என்னவென்று பார்ப்பதற்குள் எல்லாமே முடிந்து விட்டது. யாழினியின் அப்பா அம்மாவை யானை தாக்கியது அவர்கள் அங்கேயே இறந்து விட்டார்கள்".

"பதினைந்து வயதில் தன் பெற்றோர்களை இழந்த யாழினி கையில் இதே பொம்மையுடன் கதறி அழுது கொண்டிருந்தாள், எங்களுக்கு என்ன செய்வதென்றே தெரியவில்லை. அன்று முதல், யாழினியை நாங்களே வளர்த்து வந்தோம், போன வருடம் அவள் பெற்றோரின் நினைவு தினத்தன்று நாங்கள் யாழினியிடம் கேட்டோம். நீ சென்னைக்கு சென்றுவிடும்மா இங்கிருந்து ஏன் எங்களுடன் கஷ்டப்படுகிறாய் உன்னுடைய அண்ணனும் உன்னைப் பார்க்க அடிக்கடி இங்கு வந்து அழைகிறார்" என்றோம்.

இல்லை அண்ணா, என் அப்பா ஓய்வு பெற்ற வனத்துறை அதிகாரி அவருக்கு இயற்கை என்றால் உயிரையே விட்டுவிடுவார், அம்மாவும் அப்படித்தான். அதனாலே அவர்களின் உயிர் இந்த சொர்க்கத்தில் போய்விட்டது என்று நினைக்கிறேன். மேலே, மூங்கில் வீடு அருகே உள்ள நூறு ஏக்கர் தேயிலைத் தோட்டம் எங்களுடையது தான் அதைக் காணவே இங்கு வந்தோம். ஆனால் இப்படி நடந்துவிட்டது. நான் உங்களோடு இந்த கிராமத்தில் இருந்து எங்கள் தோட்டத்தை பார்த்துக் கொள்கிறேன், மேலும் எங்கள் தோட்டம் சுற்றி உள்ள பகுதிகள் சிலவற்றை யாரோ ஆக்கிரமிப்பு செய்வதாக அப்பாவிற்கு தகவல் வந்தது இப்போது

    வாழ்க்கையின் நிமிடங்கள்

"அதை நானே சரி செய்ய வேண்டும்" எனக்கு உங்கள் கிராமத்தில் அடைக்கலம் கிடைக்குமா", என அச்சிறு வயதிலே பக்குவமாக பேசினாள் "யாழினி".

அன்று முதல் யாழினியை எங்கள் கிராம மக்கள் தன் வீட்டு பிள்ளை போலவே வளர்த்து வந்தோம். யாழினியின் அண்ணன் சென்னையில் வழக்குரைஞராக இருக்கிறார். அவரே எங்களுக்கு தேவையான சட்ட உதவிகளை செய்து வருகிறார். "அதுமட்டுமின்றி இவ்வளவு பெரிய நிலத்துக்கு சொந்தக்காரி என்பதை மறந்து கிராம பெண்களுடன் சென்று யாழினியும் வேலை செய்வாள்".

"இப்படி யாழினியைப் பற்றியும் இந்த கிராம மக்களின் வாழ்க்கையை பற்றியும் விளக்கமாக கூறினான் மலையன்".சுபாஷ் யாழினியை பற்றிக் கேட்டதும் கண்கலங்கி விட்டான். காரணம் "சுபாஷின் தந்தை இந்திய இராணுவத்தில் உயர்ந்த பதவியில் (மேஜர்) இருந்தார். "மும்பையில் நடந்த தாஜ் ஹோட்டல் தாக்குதலில்" சுபாஷின் அப்பா அம்மா இருவருமே இறந்துவிட்டார்கள். அப்போது சுபாஷுக்கு ஒன்பது வயது. அதற்கு பின்னர் சுபாஷ் தன் பெரியப்பா வீட்டில் தான் வளர்ந்தான். அவன் வளர்ந்து பட்டம் பெற்றால் இராணுவத்தில் உயர்பதவி கிடைக்கும் என உயர் அதிகாரிகள் கூறினார்கள். சுபாஷ் தற்போது பட்டம் பெற்று, விளையாட்டிலும் மிகப்பெரிய சாதனை படைத்துள்ளான். இன்னும் மூன்று மாதத்தில் அவன் பணிக்கு செல்லவேண்டும்". அங்கு செல்வதை நினைத்தால் தன் தந்தை நியாபகமே வருகிறது என்று தனக்கு தானே பேசிக்கொண்டான்.

இங்கு மலையன் யாழினியிடம் நீ மட்டும் தான் மேலே இருக்கிறாயா ,என கேட்க இல்லை அண்ணா மலையரசியும் என்னுடன் இருக்கிறாள் என்றாள் யாழினி.

மலையரசி நீயும் இங்குதான் உள்ளாயா என மலையன் கேட்க, ஆமா அண்ணா என்றாள் மலையரசி.இருவரும் கீழே இறங்கி வந்தார்கள். யாழினியை பார்த்ததும் சுபாஷ் பனியில் உறைந்த சிலை போல் நின்றான்.

"முகில்கள் மறைக்கும் வெண்மதி நீ தன்னை எரித்து ஒளியை தரும் கதிரவன் நீ"

என்று அவன் மனதுக்குள்ளே பேசிக்கொண்டிருக்க..

ஹாய், என்று யாழினி சுபாஷை கூப்பிட சற்று நேரம் கழித்து சுபாஷ் பதிலளித்தான்.இருவரும் பேசிக்கொள்ள ஆரம்பித்தனர். ஒருவருக்கொருவர் தங்களை பற்றி பகிர்ந்து கொண்டார்கள். இருவரும் தங்கள் வாழ்க்கையில் ஒரே மாதிரி பெற்றோர்களை இழந்தவர்கள் என்பதை புரிந்துகொண்ட பின்பு, இருவரும் மிகவும் நெருக்கமானார்கள்.

அனைவரும் கீழே இறங்கி சென்று பார்த்தார்கள் யானை இன்னும் போகவே இல்லை. அதனால் யாழினியின் முகத்தில் நாம் எப்படி இங்கிருந்து கிராமத்துக்கு போக முடியும் என்ற பயம். யானை அந்த வீட்டைச் சுற்றியே உலாவிக் கொண்டிருந்தது.

குழந்தை போன்ற யாழினியின் எதார்த்தம், அவள் அச்சம், என அவள் செய்யும் அனைத்தும் சுபாஷை ஈர்த்தன.

     வாழ்க்கையின் நிமிடங்கள்

சுபாஷம் நண்பர்களும் யோசித்து அங்குளை பொருட்களை வைத்து எப்படியோ நெருப்பினை மூட்டி பந்தம் தயார் செய்து யானையை விரட்டினார்கள். ஒருவழியாக அனைவரும் கிராமத்திற்கு சென்றார்கள் ஆனால் சுபாஷ் நண்பர்கள் சிலபேர் வழிதவறி சென்றுவிட்டார்கள் என வறுத்தப்பட்டான்.

மீண்டும் சுபாஷ் யாழினியிடம் பேசினான். இருவரும் பெற்றோர்களை இழந்தவர்கள் எனக்காக நீயும், உனக்காக நானும் என்று வாழ்க்கையை ஆரம்பிக்கலாம் என கூறினான். மூன்று மாதம் கழித்து நான் இராணுவத்தில் சேர்ந்து விடுவேன். நீயும் என்னுடனே வந்துவிடு என கூற, யாழினிக்கு சுபாஷ் மீது நம்பிக்கை அதிகரித்துக் கொண்டே இருந்தது. மகிழ்ச்சியில் கண்ணீர் வந்தது. சுபாஷ் யாழினிக்கு ஆறுதல் கூறி நெற்றியில் முத்தமிட்டு மேலும் நம்பிக்கை அளித்தான்.

பின் அக்கிராம மக்கள் சுபாஷிடம் பேச ஆரம்பித்தனர். யாழினிக்கு யாருமில்லாவிடினும் இங்குள்ள ஒவ்வொருவரும் அவளை தாம் வீட்டு குழந்தை போலவே வளர்த்தனர். அவளை நீங்கள் கவனமாக பார்த்துக் கொள்வீர்கள் என்ற நம்பிக்கை எங்களுக்கு இருக்கிறது என்றார்கள். உங்களிடம் ஒரே ஒரு வேண்டுகோள் எப்படியாவது இந்த தேவதையை மூன்று மாதத்திற்கு ஒரு முறையாவது இங்கு அழைத்து வர முடியுமா எனக்கேட்க?

மாதம் ஒருமுறையே அழைத்து வருகிறேன், மேலும் எல்லா விடுமுறைக்கும் இங்கு வந்து விடுவோம் எனக்கூற. யாழினி கண்களிலும், கிராம மக்கள் கண்களிலும் ஆனந்தக் கண்ணீர் வழிந்தது. யாழினி சுபாஷ்,மைக்கேல்,

     வாழ்க்கையின் நிமிடங்கள்

செய்யது மூவரும் மலையன் வீட்டில் இரவு உணவருந்தினார்கள். இரவு அங்கேயே தங்கினார்கள். எல்லாம்,நன்றாக நடந்தாலும் சுபாஷ்ன் மனதில் ஒரு வருத்தம் இருந்தது. வழிதவறி சென்ற மீதமுள்ள நண்பர்களுக்கு என்ன ஆயிற்று, என்று அறியாமல் மாடியில் தனியாக நின்று புலம்பிக் கொண்டிருந்தான்.

அவன் பின்னால் சுபாஷ் என்ற குரல் ஒலித்துது திரும்பி பார்த்தான் அது யாழினி தான். இந்தக் குளிரில் இப்படி ஏன் தனியாக நின்று கொண்டிருக்கிறாய் எனக் கேட்டாள், அவனும் தன் நண்பர்களைப் பற்றிதான் என்று கூறினான்.

நீங்கள் ஒன்றும் ஐயம் கொள்ள தேவையில்லை. அவர்கள் திரும்ப வந்துவிடுவார்கள். இந்தக் கிராம மக்களுக்கு இக்காட்டில் எல்லா இடங்களும் அறிந்த ஒன்றே. அதனால் கவலைப்படாமல் உறங்கச் செல்லுங்கள் என்றால் யாழினி.

மறுநாள் விடிந்தது மலையனும் சுபாஷ்ம் மீண்டும் மேலே சென்று ஒருவழியாக அவன் நண்பர்களை கண்டுபிடித்து விட்டனர். அவர்களும் யானைக்கு அஞ்சியே அங்குள்ள வேறொரு முங்கில் வீட்டில் பதுங்கியிருந்தார்கள். அனைவரும் புத்தமலைக் கிராமத்திற்குச் சென்றார்கள்.

அவர்கள் ஊருக்கு கிளம்புவதற்கு தயாரானார்கள். மைக்கேலுக்கும் மலையரசிக்கும் கூட காதல் வந்துவிட்டது. கிராம மக்களும் மகிழ்ச்சியுடன் அவர்களை வழியனுப்பி வைத்தார்கள். 5மணி நேரம் பயணத்திற்குப் பின் திருநெல்வேலிக்கு வந்து சேர்ந்தனர். அனைவரும் சுபாஷிடம் சொல்லிவிட்டு கிளம்பினார்கள்.

 வாழ்க்கையின் நிமிடங்கள்

சுபாஷம் தன் ஊருக்குச் செல்லும் பேருந்திற்காக காத்திருந்தான் சிறிது நேரத்தில் அவனும் கிளம்பினான் . இது எல்லாம் யாழினிக்கு புதிதாக இருந்தது. அவள் இப்படிட்ட இடங்களையும் மக்களையும் ரொம்ப வருடம் கழித்து பார்க்கிறாள்.

சுபாஷம், யாழினியும் வீட்டிற்குக் சென்றனர். அப்பொழுது அங்கு ஒரே கூட்டம் இரு தரப்புகளிடையே பெரும் வாக்குவாதம் நடைபெற்றுக் கொண்டிருக்க யாழினி சுபாஷ் பின்னே பயத்தில் பதுங்கினாள்.பிரச்சினை என்னவென்றால் ஒரு சாதிக்குள்ளேயே உள்ள பாகுபாடு தான் வசதியான குடும்பத்தைச் சேர்ந்த **"பாரதி என்பவன் அதே சாதியைச் சேர்ந்த ஏழையின் மகள் கண்ணம்மாவை காதலித்தது"** தான்.

இவர்கள் இப்படித்தான் இது ஒரே சாதிக்குள்ளே நடந்திருப்பதால் பஞ்சாயத்தோடு முடித்து. இதுவே வேற்று சாதி பெண்ணை காதலித்திருந்தால் வெட்டுக்குத்தே நடந்திக்கும் என்றான் சுபாஷ்.யாழினி அதிர்ந்து போனாள். இப்படியெல்லாம் மனிதர்கள் உள்ளனர் என்பதை காண்கையில் மிகவும் வருத்தமாக உள்ளது. புத்தமலை கிராமத்தில் நான் அவ்வூர் மக்களோடு வேலை செய்யும் போது பக்கத்து ஊர்க்காரர்கள் எங்களை காட்டுவாசி என்றே அழைப்பார்கள். "ஆனால் இவர்களை காண்கையில், காட்டுவாசி என்ற பெயர் இவர்களுக்கு பொருத்தமானது" என்று நினைக்கிறேன் என வலியுடன் கூறினாள் யாழினி, சுபாஷ் சிரித்தான்.

நீ ஒன்றும் கவலைப்படாதே பெரியப்பாவும், பெரியம்மாவும் நான் சொல்வதை ஏற்றுக்கொள்வார்கள் என யாழினியிடம் கூறினான். இருவரும் வீட்டிற்குள் நுழைய அவன்

                     வாழ்க்கையின் நிமிடங்கள்

பெரியப்பாவும், பெரியம்மாவும் இருவரையும் உற்று பார்த்துகொண்டே இருந்தனர்.யாருடா இந்த பொண்ணு தேவதை போல் இருக்கிறாள் என்று அவன் பெரியம்மா கூற, இவள் பெயர் யாழினி. இவளுக்கு சொந்தமென்று யாருமில்லை, எங்கள் இருவருக்கும் பிடித்துள்ளது. அதனால் தான் வீட்டிற்கு அழைத்து வந்தேன் என்றான் சுபாஷ்.

மறுநாள் சுபாஷ் வெளியில் சென்றிருந்தான். அந்நேரம் பார்த்து பெரியம்மா யாழினியிடம் பேசி அவளைப் பற்றிய முழு விவரங்களையும்("என்ன சாதி? என்ன மதம்?") அறிந்துகொண்டார், அப்போதுதான் தெரிந்தது யாழினி மலைவாழ் பகுதியைச் சேர்ந்தவள் என்று. அதை அறிந்ததும் வீட்டில் உள்ளவர்கள் "ஒருவருக்கொருவர் பேசிக்கொண்டு யாழினியை ஒரு விதமான பார்வை பார்த்தார்கள்" யாழினிக்கு ஏன் இப்படி பார்க்கிறார்கள் என்று புரியவில்லை .

இந்த ரகசியம் அவ்வூர் முழுவதும் காட்டுத்தீ போல் பரவ ஆரம்பித்தது. ஊரெங்கிலும் "முத்துப்பாண்டி மகன் ஒரு மழைவாழ் பெண்ணை திருமணம் செய்யப் போகிறானாமே? என்ற செய்தி பரவியது. சுபாஷ் பெரியப்பா மகள் மாரி என்பவள் சுபாஷ் போல நல்ல குணாதிசியங்கள் கொண்டவள். வீட்டில் உள்ளவர்கள் ஒரு சதித் திட்டம் செய்தனர். அதை மாரி கேட்டு விட்டாள்.ரகசியம் என்னவென்றால் இருவரையும் கொல்வதாகும்.

இதையறிந்ததும் மாரி, சுபாஷிற்கு தொலைபேசி மூலம் தகவல் தெரிவிக்க தொடர்பு கொண்டாள் ஆனால் அவனுக்கு தொடர்பு கிடைக்கவில்லை. மாரிக்கு இதை எப்படி யாழினியிம் கூறுவதென்று தெரியவில்லை. இருந்தாலும் மனதை திடப்படுத்திக்கொண்டு,

யாழினியிடம் இதைப்பற்றிக் கூறினாள் தலையில் இடிவிழுந்தது போல் யாழினி அதிர்ந்துபோய் சுபாஷ் எங்கே நான் பார்க்கனும் என்று அவள் கேட்டாள், தெரியவில்லை அன்னி என்று பதிலளித்தாள் மாரி.

நீங்கள் இங்கு இருக்க வேண்டாம், எப்படியாவது உங்கள் ஊருக்கே சென்றுவிடுங்கள் என்றாள் மாரி. மாலை சுபாஷ் வீட்டிற்கு வந்தான் ,அப்பொழுது யாழினி வீட்டில் இல்லை அவன் மாரியிடம் கேட்க, அவள் நடந்ததை கூறினாள்.சுபாஷ் அதிர்ந்து போய் "இந்த "காட்டுவாசிகளை" திருத்தவே முடியாது" எனக்கூறினான்.

சரி, அன்னி எங்கே என கேட்க நான் தான் பேருந்து நிலையத்திற்கு அழைத்துச் சென்றேன் என்றாள் மாரி. நீயும் அன்னியும் எங்காவது சென்று விடுங்கள் அண்ணா என்று சொல்ல சுபாஷ் வேகமாக பைக்கை எடுத்துக்கொண்டு யாழினியை பார்க்கச் சென்றான்.அவள் "சோகத்தோடும், கண்ணீரோடும் அங்கு நின்றுக் கொண்டிருக்க" அதைக்கொண்டு சுபாஷ் உடைந்து போனான்.இந்த மிருகங்களுக்கு பயந்து என்னை விட்டுச்செல்ல முடிவெடுத்து விட்டாயா என சுபாஷ் கேட்க, ஓடிவந்து கட்டி பிடித்து கதறி அழுதாள். நான் இருக்கும் வரை உன்னை எவராலும் எதுவும் செய்யமுடியாது என நம்பிக்கை கொடுத்தான். இப்படியொரு சதித்திட்டம் செய்தவர்களை சும்மா விடமாட்டேன் அது யாராக இருந்தாலும் சரி. இப்போது நேரம் ஆகிவிட்டது இன்று ஒருநாள் மட்டும் இங்கு தங்கிவிட்டு நாளை நாம் புத்தமலைக் கிராமத்திற்கு சென்று விடலாம் என்று சுபாஷ் கூறினான்.

ஆனால் அன்றிரவு நடந்த கொடூரம் அந்த மனிதக் காட்டுவாசிகளின் நஞ்சு உள்ளங்கள் எல்லாம் ஒன்றிணைந்து அச்சம்பவத்தை அரங்கேற்றியது.சுபாஷும் யாழினியும் ஒரே அறையில் உறங்கச் சென்றனர். வீட்டில் உள்ள பெரியவர்கள் திருமணத்திற்கு முன்பு ஒன்றாக இருக்கக் கூடாது எனக்கூறி இருவரையும் பிரித்து எதிரெதிர் அறையில் இருக்குமாறு செய்தனர். "யாழினியின் முகத்தில் அப்படியொரு பயம்" பயப்படாதே யாழினி நான் உன் கூடவே தான் இருக்கிறேன் எனக் கூறிக்கொண்டு பிரிந்தனர். **"இருவரின் விழிகளும் இறுதியாக ஒருமுறை சந்தித்து கொண்டது".**

இருவரும் தனித்தனி அறையில் இருந்தாலும், சுபாஷ் விழிகள் சன்னலையே பார்த்துக் கொண்டிருந்தன" , அங்கு "யாழினியும் சுபாஷை சன்னல் வழியே பார்த்துக் கொண்டே இருந்தாள். "திடீரென மின்சாரம் தடைபட்டது.சுபாஷும் யாழினியும் பதட்டத்தில் சன்னலையே பார்த்து நின்று கொண்டிருக்க அந்நேரத்தில் அந்த காட்டுவாசிகள் இரு அறையிலும் நுழைந்தனர். "யாழினி உள்ளே யாரோ வருவதை உணர்ந்து கொண்டு அவரோடு போராடி அறைக்கு வெளியே வந்து கதவை பூட்டிவிட வெளிச்சம் வந்தது. யாழினி அமைதியாக இருந்தாலும் மலைக்கிராமத்தில் வளர்ந்த தைரியமான பெண்,அதனாலோ அந்த காட்டுவாசிகளிடம் போராடி சுபாஷை காண ஓடி வந்தாள்.

அங்கு "சுபாஷ் சன்னலருகே நின்றுகொண்டிருக்க ஒருநபர் சுபாஷை முதுகில் கத்தியால் குத்த அவன் அவரைத் தாக்க திரும்பி பார்க்கையில் உடைந்தே போனான்".காரணம் தான் மலைபோல் நம்பிய தன் தங்கை மாரியே கத்தியால்

குத்தினாள்". அவர்களின் சதியை உன்னிடம் சொன்னது அவர்களுக்கு தெரிந்துவிட்டது அண்ணா அதனால் அப்பா என்னை உங்களை கொல்லச் சொல்லிவிட்டார்.

"இப்படிப்பட்ட ஒரு குடும்பத்தில் பிறந்ததற்காக நான் வேண்டுமானால் சாகலாம்" யாழினி என்ன பாவம் செய்தாள். "எனக்கு ஒரு சத்தியம் செய்து கொடு", " யாழினியை எப்படியாவது அவளின் ஊருக்கு அனுப்பி வைத்துவிடு". முடிந்தால் நீயும் அவளோடு சென்றுவிடு என்று கூறிவிட்டு " தரையில் விழுந்தான் சுபாஷ்".

யாழினி வந்து பார்க்கையில் இரத்த வெள்ளத்தில் படுத்திருந்த சுபாஷை கண்டாள். அந்நிலமையில் சுபாஷை பார்த்ததும் தரையில் வீழ்ந்து பைத்தியம் பிடித்தது போல் கத்தினாள். அவள் குரலைக் கேட்டு கண்விழித்த சுபாஷிடம் அவன் கையைபிடித்து என்னை தனியாக விட்டு போய்விடாததடா என்று தன் பெற்றோர்கள் இறந்த போது அழுத யாழினி, பூமி அதிர கதறி அழுதால்

அப்போது...

"என்னை மன்னித்து விடு யாழினி அந்த அழகான புத்த கிராமத்தில் இருந்த உன்னை இந்த காட்டுவாசிகள் வாழும் ஊருக்குள் அழைத்து வந்தது தவறுதான் என சுபாஷ் கூறிக்கொண்டு தன் மூச்சை விட்டான்.

சுபாஷின், விழிகள் யாழினியை பார்த்தபடியே பேசிக்கொண்டது. யாழினி எழுந்து வெளியே செல்ல அவளை மீண்டும் கொள்ள வந்தார்கள். சுபாஷை குத்திய கத்தியாலே அவர்களையும் கோபம் தீர குத்தினாள். சிலபேர் அறையில் போய் ஒழிந்துகொள்ள அவர்களை உள்ளேயே வைத்து வெளியில் பூட்டிவிட்டால். அந்த இரவில் வீடு முழுவதும் பிணங்களும் துரோகங்களும் நிறைந்திருந்தது.

யாழினி, வீட்டிற்கு வெளியே வாசலில் சோகத்தில் அமர்ந்திருக்க, மாரி கதறி அழுதுகொண்டே ஓடிவந்தாள். அன்னி நாம் சென்று விடலாம் இவர்கள் இந்த ஊர்மக்களுக்கு தொலைபேசி மூலம் தகவல் தெரிவித்திருப்பார்கள். அவர்கள் வருவதற்குள் நாம் சென்று விடுவோம் என மாரி கூற எத்தனை பேர் வந்தால் என்ன முடிந்த வரை போராடி என் சுபாஷ் சென்ற இடத்திற்கே நானும் போவேன் என யாழினி கூறினாள்.

அப்படி, சொல்லாதீர்கள் அன்னி நீங்கள் வாழவேண்டும் என்பது தான் என் ஆசை அண்ணாவின் ஆசையும் அதுதான் என மாரி கூறினாள். என்னோடு வாருங்கள் என்று கையில் உள்ள கத்தியை பிடுங்கி வீசிவிட்டு அவளை பேருந்து நிலையத்திற்கு அழைத்துச் சென்றாள் மாரி.

ஒருவழியாக பேருந்து நிலையத்தை அடைய தேனிக்கு செல்லும் பேருந்தும் வந்துது. அதில் யாழினியை ஏற்றிவிட்டு மாரி குற்ற உணர்ச்சியில் கீழே கவலையில் நின்றுகொண்டிருந்தாள். அவளை அப்படி விட்டுச்செல்ல யாழினிக்கும் மனதில்லை. யாழினி பேருந்தில் இருந்து இறங்கி மாரியைப் பார்த்து **நீ இந்த காட்டுவாசிகள் மத்தியில் வாழ்வதை விட எங்களின் புத்த கிராமத்தில் பாதுகாப்பாய் வாழலாம் . நீ என்னுடனே வா** என்று யாழினி கூப்பிட்டதும் என்னை மன்னித்து விடுங்கள் அன்னி எனக்கூறி யாழினியை கட்டிப்பிடித்து கதறி அழுதாள்.

எல்லாம் எனக்கு தெரியும் மாரி, சுபாஷ் கூறிவிட்டான். ஆனால் உன்மேல் எனக்கு எந்த வருத்தமும் இல்லை. நீ குற்ற உணர்ச்சியோடு வாழ அவசியமில்லை என்னோடு வா என்று இருவரும் பேருந்தில் ஏறினார்கள்.

"இக்கதையை படிக்கும் நீங்களே முடிவெடுங்கள் உண்மையில் யார் காட்டுவாசி என்று?"

"இது இந்நாட்டிற்குள்ளே வசிக்கும் எண்ணற்ற காட்டுவாசிகளுக்கு சமர்ப்பணம்".

செயல்

கோடை விடுமுறை முடிந்து பள்ளிகள் திறக்கும் வேளை!!.பள்ளிகள் கல்லூரிகள் என அனைத்தும் திறக்கப்பட்டன.ஆரவாரத்தோடும் எதிர்பார்ப்புகளோடும் மாணவர்கள் பள்ளிகளுக்குச் சென்றனர்.

முதல்நாள் முதல் வகுப்பு புதுப்புது முகங்கள் எதிர்பார்ப்பில்லா உறவுகள் சாதி,மத,பேதமற்ற நட்புகள் ஆசிரியர் ஒவ்வொருவராய் அறிமுகம் செய்யுமாறு அழைத்தார்.முதல் நாளிலே அறிமுகமாகி நண்பரானார்கள் **நிசாம்** மற்றும் **கிருபா**.

நிசாம் முதல் நாள் வகுப்பறையில் கவிதை வாசித்தான்.பின் ஒவ்வொருவரும் பாட்டு ,நடனம்

என ஒவ்வொன்றாய் செய்து அரங்கேற்றினர்!!!

நிசாம் ஆசிரியரிடம் நான் கதையும் நன்றாக எழுதுவேன் என்றான்.நான் சிறுவயதில் கட்டுரைக்காக முதல் பரிசு பெற்றுள்ளேன் எனக்கூறினான்.அனைவரும் கைகளை தட்டி

பாராட்டினர்.சில நாள் கழிந்தபின் பள்ளியில் கலைநிகழ்ச்சிகள் நடைபெற்றன.**நிசாமும்** அதில் கலந்து கொண்டான்.

அன்று, பரம ஏழை குடும்பத்தைச் சேர்ந்தவன் குமார். பெரும் வசதிபடைத்த குடும்பத்தை சார்ந்தவன் மணி.இருவரும் ஒருவருக்கொருவர் பேசிப்பழகி நட்பாகினர். ஆசிரியர் வினவும் போது என் தந்தை அரசு ஊழியர் என பெருமையுடன் கூறினான் மணி. குமார் எனது தந்தையும் "மாநகராட்சியால் பணியமர்த்தபடும் அரசு ஊழியர்" என்று கூறினான்.

அனைவரும் குமாரை உற்று நோக்கினர் மாணவர்கள் பள்ளி முடிந்து வீட்டிற்கு செல்ல ஆட்டோவிற்காக காத்திருந்தனர். மணியை அழைத்துச்செல்ல அவன் அப்பா வந்திருந்தார் அதற்கு முன் குமார் ஆட்டோவில் கிளம்பினான்.

இருவரும் வீட்டிற்கு போனதும் மாலை நேரம் விளையாட சென்றனர்.இரவு தூங்கும் நேரத்தில் பள்ளியில் நடந்ததையும் புது நண்பன் பற்றியும் குமார் தந்தையிடம் கூறிக்கொண்டே உறங்கினான். மணியும் இதே போல் அவன் தந்தையிடம் புது நண்பனை பற்றி கூறினான். குமார் தந்தையை பற்றி ஏதும் கூறவில்லை.

மறுநாள் மீண்டும் அனைவரும் பள்ளிக்கு வந்தனர்.மணியைத்தவிர அனைவரும் குமாரை ஏதோ ஒரு குறையுடனே பார்த்தனர். பள்ளியைபற்றி கூறவேண்டுமென்றால் அரசுப்பள்ளி தான். அரசு பள்ளியின் நிலமை பற்றி அனைவரும் அறிந்த ஒன்றே.பள்ளியின் வாயிலில் மிகப்பெரிய கழிவுநீர் வடிகால் தொட்டி இருந்தது அதைப்பற்றி யாருமே கண்டுகொள்ளவில்லை . குமாருக்கு இதில் நல்ல அனுபவம் உண்டு. ஏனென்றால்

  வாழ்க்கையின் நிமிடங்கள்

அவன் தந்தை அதனுள் இறங்கி சுத்தம் செய்யும் காட்சிகளை கண்களால் கண்டவன்.மேலும் பள்ளி வாயிலில் கண்காணிப்புக் கேமராவும் இல்லை.

குமார் வீட்டிற்குச் சென்று பள்ளியில் நடந்ததையெல்லாம் கூறினான் .இரவு உணவு அருந்திவிட்டு "உறங்கச்சென்றான". மறு நாள் பள்ளி முடிவடைந்த பின் ஆட்டோவில் செல்லவிருந்த குழந்தையில் மாரி என்ற குழந்தை மட்டும் ஆட்டோவை தவறிவிட்டது. அக்குழந்தைக்கு என்ன செய்வதென்று தெரியவில்லை.வேளியே வரும் வேளையில் அக்குழந்தை தவறி கழிவுநீர் குழியினுள் விழுந்தது.மாரியின் தந்தை பள்ளிக்கு வந்து பார்க்கும்போது அவன் அங்கில்லை . பள்ளி முழுவதும் அலசி பார்த்தும் எங்கும் கிடைக்கவில்லை. இன்னொருபக்கம் குமாரும் தான் செல்லும் ஆட்டோவை விட்டுவிட்டான். அவனை அழத்துச்செல்ல அவன் தந்தை வந்திருந்தார்.

^^ சில நாட்களுக்கு முன் நடந்த சம்பவம்.." " ^^^

(அன்று)

குமார் ஒரு மாநகராட்சி ஊழியர் மகன் என்பது அவன் வகுப்பில் உள்ள இறுபது பேருக்கும் தெரிந்த ஒன்றுதான். அதனால் அவர்கள் குமாரை எப்பொழுதும் ஏளனம் செய்வதுண்டு.மணி ஒருவனே ஆறுதலாகவும் அன்பாகவும் இருந்தான். நாட்கள் உருண்டது அனைவரும் 10ம் வகுப்பிற்கு சென்றனர் .அதே மாணவர்கள் அதே நிலைமைதான் குமாருக்கு வாய்த்தது.ஆரம்பத்திலிருந்து மணி ஒருவனே குமாருக்கு நண்பனாக இருந்தான்.அதே சமயம், மாரி குமாரை எப்போதும் ஒரு வேண்டாதவன் போலவே கருதிவந்தான்.குமாரை

 வாழ்க்கையின் நிமிடங்கள்

பொருத்தவரை அனைவரையும் நண்பர்களாகவே கருதினான். குமாருக்கு தந்தை கூறிய அறிவுறை.

"குமார் தந்தையிடம் இதைப் பற்றியெல்லாம் கூறிய போது இந்த மனிதர்களெல்லாம் இப்படிதான் எப்பொழுதும் நம்மை ஏளனமாகவும் , கீழ்த்தனமாகவுமே பார்ப்பார்கள் . ஆனால் நீ அவர்களைப்போலில்லாமல் அனைவரும் சமமென்றே நினைத்து பழக வேண்டும். என தந்தை கூறியதை நினைத்துப் பார்த்தான். அதனாலே சிறுவயதானாலும் குமாருக்கு அவ்வளவு பக்குவம். மாணவர்கள் மட்டுமின்றி ஒருசில ஆசிரியர் கூட பாகுபாடு பார்த்தனர்.

மாரியை பற்றி சொல்ல வேண்டுமானால் அவன் தந்தை ஒரு வங்கி ஊழியர்.காலை பள்ளி தொடங்கி அனைவரும் வந்தனர் ஒரு ஆசிரியர் மட்டுமே குமாரை மாற்று கண்ணோட்டத்துடன் பார்த்தார்.வகுப்பறை சுத்தம் செய்ய சொல்வது, கழிவறை சுத்தம் செய்ய சொல்வது என பல வேலைகளை கொடுப்பார்.இப்படியே நாட்கள் உருண்டோடியது .ஒரு நாள் வகுப்பறையில் நடந்த சம்பவத்தில் வழக்கம் போல் குமாரே குற்றவாழியாக நின்றான்.

ஆனால் உண்மையில் நடந்த சம்பவம் என்னவென்றால் குமாருக்கும் மாரிக்கும் நடந்த ஒரு சிறிய பிரச்சினையில் ஆசிரியரிடம் மாட்டிக்கொண்டனர். அப்பொழுது குமாரும் ஆசிரியரிடம் வாதிட்டான்,மாரியும் வாதிட்டான். உண்மை என்னவோ குமாரிடம் உள்ளது ஆனால் கேட்கதான் யாரும் தயாராகவும் இல்லை ,மனமும் வரவில்லை ?

ஆசிரியர் குமாருக்குக்கு மிகவும் சிறப்பாகவே செய்துள்ளார்.அவர் ஒரு வங்கி

ஊழியர் மகன் இவன் எப்படி பொய்கூறுவான் அதனால் மாரி கூறியது உண்மையாகத்தான் இருக்கும் என ஆசிரியர் கூறினார். குமாருக்குள்ளே ஓர் கேள்வி எழுந்தது? என் தந்தை அரசு(மாநகராட்சி)ஊழியர் ? ஆனால் மாரி தந்தை தனியார் வங்கி ஊழியர் தானே ஏன் ஆசிரியர் மாரிக்கு சாதகமாகவே இருக்கிறார் என்ற கேள்வியும்? வருத்தமும்? இது போன்ற சில ஆசிரியர்களால் தான் எதிர்கால மாணவச் சமுதாயம் சீர்குலைந்து போகின்றது.

அக்குழந்தைகளிடம் நல்ல விதைகளை தூரவாமல் இது போன்று நடந்தால் அதை பார்த்துதான் குழந்தை கற்றுக்கொள்ளும்.ஆனால் குமார் வாழ்க்கை அப்படியல்ல.தன் தந்தை கற்பித்த பாடம் ,தான் கற்ற பாடம் இரண்டும் அவனை தர்மத்தின் வழியே இருக்கச்செய்தது.

இப்படி குமார் சிறுவயதிலேயே அழகான சிற்பம் போல் இச்சமுகத்தால் செதுக்கப்பட்டான்.

இன்று^

மாரி அந்த கழிவுநீர் குழாயுள் சிக்கிக்கொண்டு தவித்தான்.மாரி தந்தையும்,குமார் தந்தையும் சேர்ந்து தேடிக்கொண்டிருக்கும் வேளையில் மாரி அந்த தொட்டியில் உள்ளதை குமார் பார்த்தான்.உடனே குமார் அக்கழிவுநீர்க் குழாயுள் குதித்து போராடி மாரியை தொட்டியின் மேற்பரப்புக்கு கொண்டுவந்தான். இருவரின் தந்தையும் பள்ளி ஆசிரியரும் அந்த போராட்டத்தை கண்ட அனைவரும் இரு குழந்தைகளையும் மீட்டனர். பின் குமார் தந்தையுடன் வீட்டிற்கு சென்றான் இரவு உணவருந்திவிட்டு " உறங்கினான் " ...

காலை பள்ளி சென்றதும் அனைவரும் குமாரை பாராட்டினார்கள்,இந்த சம்பவத்திற்கு பின் மாரி குமாரை கடவுள் போல பார்த்தான்.மாரியும் குமாரும் நண்பரானார்கள் . பள்ளி ஆசிரியர்கள் குமாரின் உள்ளத்தைப் பார்த்து தலைகுனிந்து சென்றனர்.மேலும், இச்சின்ன குழந்தைக்கு எங்கிருந்து இவ்வளவு பக்குவம் வந்தது என்ற கேள்வி?அதற்கு குமார் கூறிய பதில் என் தந்தை அரசு ஊழியராய் இருந்தும் அனைவரும் ஏளனமாகவே பார்க்கிறார்கள்,இது ஏன் ?அனைவரும் சமம் என்றே சட்டம் கூறுகிறது

ஆனால் அது எழுத்தாக மட்டுமே உள்ளது என்று என் தந்தை என்னிடம் கூறியது.அந்த நிலையை உடைத்தெறிய வேண்டும் என்பதே என் இலட்சியம் என்றான்.குமார்,பேசுவது ஏதோ பல புத்தகங்களை கற்றுதேர்ந்த பகுத்தறிவாளர்கள் போல உள்ளதென மாரியின் தந்தையும் ,ஆசிரியர்களும் கூறினர். மாரியை காப்பாற்றியதற்காக எனக்கு அரசு சார்பில் பாராட்டும் சன்மானமும் வழங்கவிருப்பதாக பள்ளியில் கூறியதாக தந்தையிடம் குமார் கூறினான்.அவனிடம் அவன் தந்தை கூறியது அதை மேடையில் குமார் கூறினான்

அதை கேட்ட அனைவரும் மனம் உருகி பெருமையையடைந்தனர். இந்த பாராட்டோ

சன்மானமோ என்னுடன் மட்டுமே இருக்கும் எனக்கு அது தேவையில்லை.என் தந்தை போன்ற அரசு ஊழியருக்கு ஒரு நல்ல அங்கீகாரம் கிடைத்தாலே போதும் எனக்கூறினான்.

இறுதியாக அரசாங்கத்திடம் வேண்டுகோள் வைக்கிறேன் நிறைவேற்றுங்கள் எனக்கூறி நிறைவு செய்தான். வெறும் வார்த்தைகளாக உள்ள சட்டங்களை செயல்படுத்துங்கள் பின் தானாகவே நல்ல சமுதாயம் வளரும் இது நடந்தால் பிராமணர்களும் நாங்களும் ஒரே கடையில் தேநீர் அருந்தலாம் என்று கூறினான்.

இச்சிறுவனின் பேச்சு சமுக வலைதளங்களில் பரவத்தொடங்கியது.இது மாநில முதல்வரையும் சென்றடைந்தது .அச்சிறுவனின் படிப்பிற்கு இந்த அரசு முழு பொறுப்பேற்கும் என அறிவித்தது.குமார் பள்ளி படிப்பை நிறைவு செய்தான் அரசு சட்டக் கல்லாரியில் தன் முதல் நகர்வை எடுத்து வைத்தான்.

சிறந்த மாணவன் என்ற பட்டத்துடன் வழக்கறிஞர் ஆனான்.சிறிது காலத்திலேயே ஆகச்சிறந்த வழக்கறிஞரானான் லண்டன் சென்று பாரிஸ்டர் பட்டம் பெற்றான் .நாட்டின் மிகச்சிறந்த வழக்கறிஞர்களில் ஒருவனானான். பெரும் முதலாளிகளுக்கும் அரசு அதிகாரிகளுக்கும் இவனே சட்ட ஆலோசகராக திகழ்ந்தான்.இவனின் வாதம் இருளாய் உள்ள நீதிமன்றங்களுக்கு ஒளியை தந்தது.

ஆறுமாதம் கழித்து நீதிபதி ஆனான்.ஒரு பொதுநலவழக்கில் குமார் வழங்கிய தீர்ப்பு அரசாங்கமே அதிர்ந்தது.அனைவரும் சமம் என்று சட்டத்தில் இருந்த வெறும் வார்த்தையை செயல்படுத்த உத்தரவிட்டான்.மேலும் அரசு

பள்ளிகளை சுற்றி கேடு விளைவிக்கும் படியும் ஆபத்து விளைவிக்கும் படியும் எந்த தடைகளும் இருக்கக்கூடாது என பேராணை விதித்தான் குமார். இத்தீர்ப்பு தன் பள்ளி நினைவுகளின் விளைவு என்றே கருதினான்.

இத்தீர்ப்பினால் கீழ்மட்டத்திலுள்ள மக்களின் வாழ்க்கை மாறியது!

நாடும் மாறியது !!

சமூகமும் மாறியது!!

திடீரென ஆர்டர் ஆர்டர் என நீதிபதி சத்தம் போடுவது போல கேட்டது. விழித்துப் பார்த்தான் அவனெதிரே அவன் தந்தை நின்று கொண்டிருந்தார்.என்னடா தூக்கத்தில் என்ன உலறிக்கொள்கிறாய்,உனக்கு என்ன ஆயிற்று என்று கேட்டார்.குமார் எழுந்து உட்கார்ந்து அப்பாவை பார்த்து கேட்டான் நான் நீதிபதி இல்லையா என்று .அவன் அப்பா குமாரை பார்த்து பள்ளிக்குச் செல்ல நேரம் ஆகி விட்டது போய் குளிடா எனக்கூறினார்.

குமார் சோகத்தோடு எழுந்து குளிக்கச்சென்றான்.குமாருக்கு ஒரே குழப்பம் ,அவன் இன்னும் அந்தக்கணவிலிருந்து வெளிவரவில்லை.நானே உன்னை பள்ளிக்கு அழைத்துச்செல்கிறேன் எனக்கூறினார் அவன் தந்தை.பள்ளிக்குச் சென்றதும் குமார் சுற்றி சுற்றிப் பார்த்தான் அங்கு எதுவும் மாறவில்லை அந்தக்கழிவுநீர் கிடங்கும் மாறவில்லை. வகுப்பறைக்குச் சென்றான் மாரியைக்கூட காணவில்லை.மாரியை வேறு பள்ளியில் சேர்த்துவிட்டார் அவர் தந்தை!

அவர் நினைத்திருந்தால் அந்த கழிவுநீர்த்தொட்டியை அகற்ற அரசு அதிகாரிகளிடம் கூறி மாற்றியிருந்திருக்கலாம் ஆனால் அவர் முயர்ச்சிக்கூட செய்யவில்லை. வழக்கம் போல குமாரின் நண்பன் மணி மட்டுமே குமாரிடம் மாரிக்கு செய்த உதவிக்கு பாராட்டு தெரிவித்தான்!!!

கட்டுரையை நிறைவு செய்யும் தருவாயில் **நிசாம்** ஒரு வசனத்தோடு நிறைவுசெய்தான்.

"இறுதியாக

எத்தனை பெரியார் பிறந்தாலும்;

எத்தனை அம்பேத்கர் பிறந்தாலும்;

தனிமனிதன் மாறாத வரை

இச்சமுதாயத்தில் எவ்வித மாற்றமும்

நிகழாது!!!

எனக்கூறி தன் கட்டுரையை நிறைவு செய்தான் **"நிசாம்"**.அவன் எழுதிய இந்தக்கதையை பள்ளியில் உள்ள அனைவரும் படித்தனர்.நிசாமே அந்த கலைநிகழ்ச்சியின் நாயகன் ஆனான்.

இக்கதைக்காக அரசின் பரிசும் பெற்றான்.இந்த பாராட்டும்,பட்டமும் நிசாமை மேலும் புரட்சிக்கதைகளை எழுத ஊக்கப்படுத்தின!!

வாழ்க்கையின் நிமிடங்கள்

பாரதம் கொன்ற புதுமைப்பெண்

"காதல் பல யுகங்கள் கடந்தும், யுத்தங்கள் கடந்தும் அழியாமல் வாழ்ந்து கொண்டிருக்கும் ஓர் உன்னதமான உணர்வு"

தமிழகத்தில் பயங்கரம்???
சற்றுமுன் கிடைத்த தகவல்..

பிரபல கல்லூரி ஒன்றில் ரம்யா என்ற மாணவி மாடியிலிருந்து விழுந்து தற்கொலை செய்து கொண்டார். காவல்துறை விசாரித்ததில் ரம்யா மிகவும் தயிரியமானவள் என்றும் கல்லூரியில் உள்ள சக மாணவனால் பலவந்தபடுத்தப் பட்டதாகவும் காவல்துறை விசாரணையில் தெரியவந்துள்ளது.

அந்தத் தீவிற்கு அகிலன் ஏன் சென்றான்? அவனோடு இருக்கும் இன்னொரு நபர் யார்? அந்நபரை கடலோர காவல் படையினர் ஏன் கைது செய்ய வேண்டும்??

குமார் ஏன் கொலை செய்யப்பட்டான்??
முதலில் யார் இந்த குமார்?

யாழினி ஏன் தற்கொலை செய்யப் போகிறாள்?
அமிர்தா ஏன் கதறி அழுகின்றாள்?

என்ன நடந்திருக்கும்?
களத்தில் இறங்கி ஆய்வு செய்வோம்!

அகிலன் ஒரு நடுத்தர குடும்பத்தை சார்ந்தவன்.ஒரு சிறந்த தரமான புரட்சி பாடகன்,இவன் பாடல் பல முகங்களை கிழித்தன, சில முகங்களை வாழ வைத்தன.அகிலனின் பெயர் அவனின் இசையால் எட்டுத்திக்கும் பரவ ஆரம்பித்தது.

பள்ளிபடிப்பை முடித்த அகிலன் ஒரு தனியார் கல்லூரியில் சேர்ந்தான். கல்லூரி தொடங்கிய சில மாதங்களிலேயே அகிலனின் குரல் கல்லூரி முழுவதும் கேட்கத் தொடங்கியது. தன் இசையால் ஒட்டுமொத்த கல்லூரியையும் கட்டிப்போட்டான்.

அனைவரும் பாராட்டக்கூடிய நாயகன் உள்ள இடத்தில் எதிர்மறை நாயகன் இல்லையென்றால் அக்களம் எப்படி சூடுபிடிக்கும்.

அகிலனின் கல்லூரியில் கலைநிகழ்ச்சிகள் ஒன்று ஏற்பாடு செய்யப்பட்டது. கலைநிகழ்ச்சிகள் என்றாலே அதில் அகிலனின் குரல் இல்லாமல் இருக்காது.

இந்நிகழ்ச்சிக்காக அருகிலுள்ள கல்லூரிகளும் பங்கேற்க அழைப்பு விடுக்கப்பட்டது. இந்நிகழ்வின் கல்லூரி ஒருங்கிணைப்பாளராக பேராசிரியர் ஆசித் என்பவர் பொறுப்பேற்றார். அந்நிகழ்விற்கு அகிலன் வரவேற்புரை எழுதினான்.

"வாருங்கள் தோழர்களே
வாருங்கள்தோழர்களே
உங்கள் கலையை காட்டிடவே

எங்கள் மேடை உதவிடுமே
உறங்கிடும் செவிகள் விழித்திடவே
உறக்க பாடி வென்றிடுவீர்".

அகிலன் பேராசிரியரிடம் அதிர்ச்சி தகவலொன்றை தெரிவித்தான். தான் இந்த கலை நிகழ்ச்சியில் பங்கேற்கவில்லை எனக்கூற உடனே ஆசித் ஏண்டா உனக்கு என்ன ஆயிற்று எனக்கேட்க , வருடம் வருடம் நானும் என் அணியும் தொடர்ந்து வெற்றி பெறுவது எனக்குப் பிடிக்கவில்லை.இந்த முறை வேறு அணியை தேர்வு செய்து பங்கேற்க செய்யலாம் என்றான்.உன்னை மாதிரி ஒரு பாடகனை நீயே தேர்வுசெய்து கொடு என்று ஆசித்தும் பதிலளித்தார்.

அகிலனோடு சேர்த்து அவன் அணியில் மொத்தம் ஏழு பேர்(அமிர்தா, ஷர்மிழி, கீர்த்தி, குனா,முகேஷ், அக்பர்) இதில் அமிர்தாவே அகிலனோடு சேர்ந்து பாடுவாள். இவர்கள் பழகியதிலிருந்தே அமிர்தா அகிலனை ஒருதலையாக காதல் செய்தாள். அவ்வப்போது பாட்டின் மூலம் தன் காதலை வெளிப்படுத்தினாலும் அகிலனுக்கு அவள்மீது எந்த ஈர்ப்பும் இல்லை, இது தெரிந்தும் அமிர்தாவிடம் வழக்கம் போல் பழகுவான்.

"அன்பு நிறைந்த பெண்ணிடம் காதல் கொள்வது ஒரு மனிதனை மறுபடியும் மனிதனாக்குகிறது" என்ற மார்க்ஸின் கொள்கை கொண்டவன் அகிலன். எனக்கு "கல்லூரி முடியும் வரை காதல் தேவையில்லை, வாழ்க்கை முடியும் வரை காதல் தேவை" என அமிர்தாவிடம் கூறினான். அகிலனோ எளிமை விரும்பி, மாறாக அமிர்தா வசதிபடைத்த குடும்பத்தைச் சேர்ந்தவள் அதனாலே காதல் வரவில்லையோ என்னவோ.

நம் அணி இந்த முறை பங்கேற்காது என
பேராசிரியரிடம் கூறிவிட்டேன் என அகிலன் கூற...

"என்ன மச்சான் பைத்தியமாடா நீ
"உனக்கு என்னடா ஆயிற்று"
"இம்முடிவு என்னால் எடுக்கப்பட்டதா"

என ஒவ்வொரு வரும் மாறிமாறி கேள்வி
கேட்டனர்,இந்த முறை நம் ஜீனியருக்கு
வாய்ப்பளிக்க வேண்டும் என்று
ஒருங்கிணைப்பாளரிடம் பரிந்துரை செய்துள்ளேன்.
நாம் தான் போட்டியாளர்களையும் தேர்வு செய்ய
வேண்டும் எனக்கூற அகிலனின் நண்பர்கள்
முறைத்துப் பார்த்தனர்.

சரி, முறைத்தது போதும் என்னோடு
வாருங்கள் புதிய அணியினை தேர்வு செய்ய
வேண்டும் என அகிலன் அழைக்க ஒரு
இன்னிசைக்குரல் கேட்டது.

"பூக்கள் பூக்கும் தருணம் ஆருயிரே
பார்த்ததாருமில்லையே, உலரும் காலைப்
பொழுதை முழுமதியும் பிரிந்து
போவதில்லலையே"

இந்த மனதை மயக்கும் குரல்
யாரென்று காண வேக வேகமாக ஓடினான்
இசையை கேட்டபடியே, நான்காவது
மாடியிலிருந்து கிழே இறங்க முதல் தளத்திற்கு
வருவதற்கு முன்னே அக்குரல் நின்றது.

அங்குமிங்கும் சுற்றி கல்லூரி நுழைவு
வாயில் வரை சென்று தேடினான்.
அங்குள்ளவரிடம் இப்போது பாடியது யாரென்று
தெரியுமா எனக்கேட்க, அதோ பைக்கில்
செல்கிறாரே எனக்கூற,அகிலன் பார்ப்பதற்குள்

அந்த பைக் சென்றுவிட்டது, அந்த பைக்கின் நம்பரை மட்டும் பார்க்க முடிந்தது.

இப்படியொரு அழகான பாடலை பாடியது யாரென்று தெரியாமல் புலம்பி திரிந்து நண்பர்களையும் புன்னாக்கினான்.விடடா பாத்துகலாம் என அமிர்தா கூற அட போ அமிர்தா என அங்குமிங்கும் சுற்றித்திரிந்தான் அகிலன். "என் குரலை விடவா அந்தக்குரல் பிடித்திருக்கிறது என அமிர்தா கேட்க? ஆமா என்ன ஒரு இனிய ஓசை என அகிலன் பதில் கூறினான், அமிர்தா அவனை முறைத்துப்பார்த்தாள்.

சரி, வாடா ஜூனியராகத்தான் இருக்கும் நாம கண்டுபிடித்து விடலாம் என அக்பர் கூற ஜூனியர்கள் ஒவ்வொருவராக பாட ஆரம்பித்தார்கள்.அகிலன் எதிர்பார்த்த அந்தக்குரல் கிடைக்கவில்லை. ஆனால் ஒரு புதிய பாடகன் கிடைத்தான் அமுதன். அகிலன் ஓடிவந்து அவனை பாராட்ட அமுதனோ இவனை எதிரிபோலவே பார்த்தான். உன்னை தோற்கடிக்கவே நான் இக்கல்லூரியில் சேர்ந்துள்ளேன் எனக்கூறினான்.

வாழ்த்துக்கள்டா தம்பி. அப்படி என்னடா என்மேல் உனக்கு இவ்வளவு கோபம் என அகிலன் கேட்க.

என் அக்காவும் வருடம் வருடம் இந்நிகழ்ச்சியில் கலந்து கொண்டு பாடுவாள். அவள் என்னதான் இனிமையாகப் பாடினாலும் இரண்டாவது பரிசே கிடைக்கிறது காரணம் நீதான் என அமுதன் கூறினான்.

டேய், நீ ஜனனியோட தம்பியா, அவள் பாட்டிற்கு மயங்காதவர் இங்கு யாருமில்லை. நம்ம கல்லூரியில் உன் அக்காவுக்கு தனி ரசிகர்கள் கூட்டமே இருக்குடா என்றான். மேலும் இந்த

முறையும் நீ பாடி உன் அக்காவை வீழ்த்திவிடுவாய் என்று அகிலன் கூற,அமுதன் கோவமாக சென்றான்.

அன்று கலைநிகழ்ச்சிகள் தொடங்கியது. ஆடலும், பாடலும் என சீறும் சிறப்புமாய் போட்டி அனைத்தும் நடந்து முடிந்தது.பாடல் போட்டிகளில் அமுதன் கலந்துகொண்ட அணியே வெற்றி பெற்றது. காரணம் இவன் மேல் அகிலன் வைத்த நம்பிக்கையென்றே சொல்ல வேண்டும். ஆனாலும் அமுதனுக்கு ஒர் வருத்தம். தன் அக்கா ஏன் போட்டிக்கு வரவில்லை என்று.

அமுதன் ஜனனியின் கல்லூரி விடுதிக்குச் சென்று ஏன் வரவில்லை எனக்கேட்பதற்கு கோபமாக சென்றான். அங்கு போய் பார்த்த பின்பே தெரிந்தது அக்காவிற்கு உடம்பு சரியில்லை என்று. சரி விடுடா. அகிலன் தானா இம்முறையும் வெற்றிபெற்றான் என ஜனனி கேட்க இல்லை நான் தான் என அமுதன் கூறினான். எப்படிடா அகிலன் இந்நிகழ்வில் பங்கேற்கவில்லையா அவனுக்கு இதுதான் இறுதி வருடம் பின்னர் எப்படி உன் கல்லூரியில் உன்னை கலந்து கொள்ள அனுமதித்தார்கள் என ஜனனி கேட்க.

அகிலன் தான் என்னை தேர்வு செய்தான் இப்போட்டிக்கு அவன் பாடவும் இல்லை என்றான் அமுதன். அகிலன் ஒரு சிறந்த இசைநாயகன் அமுதா அவன் பாடினால் என்ன மாய மந்திரமோ தெரியாது அனைவரும் மெய்மறந்து ரசிப்பார்கள் என அகிலனை புகழ்ந்து கொண்டே இருந்தாள். போதும் போதும் நிறுத்து அவன் புகழ் பாடுவதை என்றான் அமுதன். சரி நீ என்னோடு வா வீட்டிற்கு போகலாம் என கூப்பிட இல்லடா இப்போது நான் வரவில்லை நீ பத்திரமாகச் செல் என ஜனனி கூறினாள். உன் உடம்பை நன்றாக கவனி

வெண்ணீர் மட்டுமே குடி, நான் செல்கிறேன் என மறைமுகமாகவே தன் அன்பை வெளிப்படுத்தினான் அமுதன்.

அகிலன் மறுநாள் கல்லூரிக்கு வரும் முன்பு அவனுக்கொரு இன்பச்செய்தி காத்திருந்தது. டேய் அகிலா நம் மாவட்ட அரசு பொறியியல் கல்லூரியில் மாபெரும் இசைத் திருவிழா நடக்கப் போகிறதாம். அங்கு பெரிய பெரிய இசையமைப்பாளர்கள் விருந்தினராக வரவுள்ளார்களாம். நான் வரும்பொழுது அறிவிப்பு பலகையில் பார்த்தேன் என்றாள் அமிர்தா. ஓ அப்படியா என அகிலன் கேட்க என்னடா இவ்வளவு அசால்ட்டாக பதில் கூறுகிறாய் என அமிர்தா கேட்டுக் கொண்டிருக்க அகிலன் மனதில் அந்த இனியக்குரல் மட்டுமே ஓடிக்கொண்டிருந்தது. அகிலா இங்க பாருடா என அமிர்தா கத்தி கூப்பிட அதிர்ந்து போய், சொல்லு அமிர்தா என்ன ஆச்சு எனக் கேட்டான்.

அமிர்தா மீண்டும் அச்செய்தியை கூறி நீ பங்கேற்க வேண்டுமென நம் பேராசிரியரும் கூறினார் எங்களுக்கும் நீ பாட வேண்டுமென ஆசை என அகிலன் நண்பர்கள் கேட்க, இல்லை அது அந்தக்குரல் அவள் அது அந்தக்குரல் அவள் என அவன் உலறினான். இவன் என்னடா இப்படி ஆகிட்டான் என யாஸ்மின் கூற, அன்று அந்தக்குரலை கேட்டதிலிருந்தே இவன் இப்படிதான் இருக்கிறான் என அமிர்தா கூறினாள்.

ஐயோ அகிலா அந்த போட்டிக்கு அவள் வருவதற்கான வாய்ப்புகள் அதிகம். எப்படியாவது கண்டுபிடித்து விடலாம் மச்சி என முகேஷ் கூற அட ஆமால்ல. இது தெரியாம போச்சே என மகிழ்ச்சியில் கத்திக்கொண்டு துள்ளிக் குதித்தான்.

சரிசரி கத்தியதெல்லாம் போதும் வாடா சாப்பிட போகலாம் என நண்பர்கள் அழைத்தனர். அகிலனும் , அக்பரும் சாப்பாடு வாங்க சென்றிருக்கும் வேளையில் அமிர்தா மற்ற நண்பர்களுடன் சேர்ந்து ஒரு ரகசிய திட்டம் போட்டாள்.

நாம் அகிலனுக்கு முன்பே அக்குரலின் சொந்தக்காரியை கண்டுபிடிக்க வேண்டும். எப்படியும் அந்த மாபெரும் கலைநிகழ்வுக்கு ஏராளமானோர் சுற்று வட்டாரப் பகுதியிலிருந்து வருவார்கள் அகிலன் கூறிய வண்டி நம்பரை வைத்து நாம் கண்டுபிடித்து விடலாம் என அமிர்தா கூற நண்பர்கள் சம்மதித்தனர்.

ஒரு வாரம் கழித்து அந்நிகழ்ச்சியும் தொடங்கியது. மக்கள் கூட்டம் போட்டியாளர்கள் கூட்டம் என அந்த இடமே கலை கட்டியது. இரண்டு நாள் நடைபெறும் இந்நிகழ்வில் அகிலன் இரண்டாம் நாளே பங்கேற்க வேண்டும். இருந்தும் அந்தக்குரலை கண்டுபிடிக்க முதல்நாளே சென்றிருந்தான். இன்னொரு பக்கம் அகிலனின் நண்பர்களும் அவளை கண்டு பிடிக்க வந்திருந்தனர். அமிர்தாவும் ஷர்மிழியும் போட்டி நடைபெறும் அரங்கிற்கு அகிலனுக்கு தெரியாமல் மறைந்து அமர்திருந்தனர்.

குணாவும், முகேஷும் வாகனங்கள் நிறுத்துமிடத்திற்குச் சென்று தேடிக் கொண்டிருந்தனர். ஏராளமான வாகனங்கள் இதில் எங்குபோய் அந்த பைக்கை தேடுவது என இருவரும் திகைத்துபோய் நின்றார்கள்.முதல் நாள் போட்டியும் இறுதி நிலையை எட்டியது ஒரு ஆண் மற்றும் ஒரு பெண் பாடகர்கள் மட்டுமே பாடவிருந்தனர். அகிலன் நாளை வரலாம் என எழுந்துச் செல்ல மேடையிலிருந்து

 வாழ்க்கையின் நிமிடங்கள்

"இன்னிசை பாடிவரும்
இளம் காற்றுக்கு உருவமில்லை"

என ஒரு பெண்ணின் குரல் கேட்க இதற்கு முன் கேட்டது போலுள்ளதே,இது அவளாக இருக்குமோ என நின்று திரும்பிப் பார்த்தான்.

அங்கு குனாவும், முகேஷம் அந்த பைக்கைத் தேடிக் கண்டுபிடித்து விட்டனர். உடனே அமிர்தாவிற்கு கால் செய்தனர். நீ இங்கு வாகன நிறுத்துமிடத்திற்கு வா மச்சி, அந்த பைக்கை கண்டுபிடித்து விட்டோம் எனக் கூற, இருவரும் எழுந்து வேகமாக அங்கிருந்து கிளம்பினார்கள். இருவரும் அங்குச் சென்று குனாவைத் தேடினார்கள்.

அங்கு அகிலன் அந்த பாட்டை ரசித்து கேட்டுக் கொண்டிருந்தான். அதை பாடியது ஜனனி தான் அவளுக்கு சிறப்பு விருந்தினரும் , ரசிகர்களும் என ஏராளமான பாராட்டுகள். அவள் கீழே வந்ததும் அகிலனும் ஜனனிக்கு வாழ்ந்து தெரிவித்தான்.அவள் நீ பாடவில்லையா என கேட்க நாளைதான் என்று பதிலளித்தான்.சரி நாளை சந்திப்போம் எனக்கூறிவிட்டு வெளியே நடந்துக் கொண்டிருக்க அவனுக்கு எதிரே தூரமாக ஒரு பேரழகி நடந்து வந்துகொண்டிருந்தாள்.

அகிலனுக்கு ஒரே குழப்பம் அது அந்தப் பெண்ணாக இருக்குமோ என்று.அதனால் அருகில் நின்றவனிடம் நண்பா(குமார்) யார் இந்தப் பெண்.

அவள் நடந்து வருகையில் எல்லோரும் அவளயே பார்க்கிறார்களே எனக் கேட்க, அவர் அவளைப் பற்றிக்கூற ஆரம்பித்தார். "அழகென்றால் அழகு அப்படியொரு அழகு, அதுமட்டுமா அவளின் நேர்கொண்ட பார்வை, நிமிர்ந்தநடை, குழந்தை உள்ளம், அவளின் கம்பீரமான பேச்சு, அவள்

எளிமை. எனச் சொல்லிக் கொண்டே போகலாம்; அவள் சிறந்த டென்னிஸ் வீராங்கனையும் கூட.அது மட்டுமா அவள்தான் இக்கல்லூரியின் பேரழகி என்ற பட்டமும், மிஸ் தமிழ்நாடு பட்டம் கூட ஒரு முறை பெற்றுள்ளாள்.

ஓ அப்படியா !! ஆமாம் அவள் வசதியான குடும்பத்தைச் சேர்ந்தவள், இவ்வளவு அழகும், அறிவும் இருந்தும் கூட பார்க்கும் அனைவரிடமும் அன்பாகவும்,பணிவாகவும், இனிமையாகவும் பழகுவாள். நானே ஒரு முறை என் காதலை வெளிப்படுத்தியுள்ளேன் அவள் மறுத்து விட்டாள். அப்படி இருந்தும் என்னிடம் வழக்கம் போலே பழகுவாள்.அவளைப் பற்றி கூறச் சொன்னால் இக்கல்லூரியில் ஏராளமான கவிஞர்கள் இருப்பது தெரியும்.

"கம்பன் காவியமும்,வர்மன் ஓவியமும் கூட அவளை வர்ணிக்க போதாது. அவளிடம் பேசினால் நீங்களே புரிந்து கொள்வீர்கள் எனக்கூற. அகிலன்

     வாழ்க்கையின் நிமிடங்கள்

எதையோ சிந்தித்து கொண்டிருந்தான்.குமார் சொல்வதை வைத்துப் பார்க்கும் போது இப்படிப்பட்ட ஒருவரை ஏற்கனவே சந்தித்தது போல் தோன்றுகிறதே. இதற்கு முன் எங்கோ பார்த்து பழகியது போல் உள்ளதே என அகிலன் புலம்பி அது யாழினி தானா, இவர் அவளைத் தான் சொல்கிறாரா , இல்லை வேறு யாராவது இருக்குமா என யோசித்துக் கொண்டிருக்க.

மறுபக்கம், அமிர்தாவும் , ஷர்மிழியும் குனா அருகேச் சென்று எங்கடா அந்த பைக் எனக் கேட்க. திரும்பி பார் என முகேஷ் கூற, அமிர்தா அதை பார்த்ததும் சிரித்தாள். இது என்னோட அப்பா பைக் என்று எனக்கு தெரியாதா இதை பார்க்கவா வரச் சொன்னாய். இங்கு வரும் போது கூட நானும், தங்கையும் இதில் தான் வந்தோம். நீ பைக் நம்பர் சொல்லு நான் அப்பாகிட்ட கேட்டுக் கண்டுபிடிக்கச் சொல்கிறேன் என்றால் அமிர்தா. அடக்கடவுளே, ஒருவேளை நாம் தவறான நம்பரை வாங்கி விட்டோமா என புலம்பி அகிலனுக்கு கால் செய்தான் குனா. அவ்வேளையில் அப்பாவோட பைக் நம்பர் எப்படி அகிலனுக்கு தெரியும் இதை தெரிந்து கொடுத்தானா இல்லை தெரியாமல் கொடுத்தானா, இந்த பைக்கை அவன் பார்த்தது கூட இல்லையே, அன்று பிறந்த நாள் பார்ட்டிக்கு வரும்போது கூட இந்த பைக் அப்பா வாங்கவில்லையே, இல்லை தெரியாமலே கூறியிருப்பான் என மனதிற்குள்ளே புலம்பினாள் அமிர்தா.

டேய் அகிலா, அன்னைக்கு ஒரு பைக் நம்பர் சொன்னாயே அதை திரும்பவும் சொல்லு மச்சான், என குனா கேட்க அவன் மீண்டும் கூறினான் அதை அனைவரும் கேட்டனர். மச்சான் அந்த பைக்கை கண்டு பிடிச்சிட்டோம் என குனா கூற,

 வாழ்க்கையின் நிமிடங்கள்

"நண்பா என்னாச்சு,என குமார் கூப்பிட சரி மச்சான் நான் அப்புறம் கூப்புடுகிறேன் என, குனாவின் அழைப்பை துண்டித்தான்.

அது, யாழினியா...

என்ன நண்பா உங்களுக்கு யாழினியை முன்பே தெரியுமா என குமார் கேட்க, இல்லை அது யாழினி தானா, அவள் அப்பாவும் இங்கு வேலை செய்கிறாரா, என அகிலன் கேட்க எப்படி நண்பா எல்லாம் சரியாக சொல்கிறீர்கள் எனக் கேட்டார் குமார். நீங்களும் அவளை லவ் பன்றீங்களா எனக் கேட்க இல்லை குமார் அவள் என் தோழியின் தங்கைதான். நீங்கள் சொல்வதை வைத்துப் பார்க்கும் போது அது யாழினியாகத் தான் இருக்கும் என்று ஊகித்தேன்.

நான் பாடினாள் அவளுக்கு ரொம்பபிடிக்கும். நாங்கள் கூட யாழினி பாடுவதை மெய்மறந்து கேட்போம். ஆமாம் எனது தோழியும் நன்றாக பாடுவாள், அவள் தங்கையும் பாடுவாள் என்று கூறியிருக்கிறாள். ஆனால் நான் கேட்டதில்லை என அகிலன் கூற ஏன் கவலைப்படுகிறீர்கள் நாளை யாழினி பாடுகிறாள் என்று குமார் கூறினார். எப்பொழுது என அகிலன் கேட்க தெரியாது நண்பா நீங்களே அவளிடம் கேளுங்கள் நான் அவளை கூப்பிடுகிறேன் என்று சொல்லி, "யாழினி யாழினி யாழினி" எனக் கத்திக் கூப்பிட்டார்.

ஆனால் அங்கிருந்த கூட்டத்தால் அவளுக்கு கேட்கவில்லை.அவ்வளவு கூட்டம் நடுவிலும் யாழினி பொன் போல் மின்னினாள்.நண்பா நீங்களே கூப்பிடுங்கள் என குமார் கூற,நான் கூப்பிட்டாலும் கேட்காது அவள் யாரிடமோ பேசிக்கொண்டு இருக்கிறாள். நீங்கள் சத்தமாக

 வாழ்க்கையின் நிமிடங்கள்

பாடுங்கள் என அவர் கூற, சரி பாடுகிறேன் என ஆரம்பித்தான்.

"யார் இந்த சாலையோரம் பூக்கள்வைத்தது
காற்றில் எங்கெங்கும் வாசம் வீசுது
நகராமல் இந்த நொடி நீள
எந்தன் அடிநெஞ்சம் ஏங்குதே"

என பாடுகையில் அங்குள்ளவர்ளை மெய்மறக்கச் செய்தது. அவன் நண்பர்களும் கேட்டார்கள், யாழினியும் கேட்டாள். யாழினிக்கு புரிந்துது அது அகிலன் தான் என்று. இருவரும் முன்னோக்கி நடக்க ஆரம்பித்தனர். இருவரும் நேருக்கு நேர் சந்தித்தனர்.

என்ன அகிலன் அக்கோவோட பிறந்தநாள் அன்று பார்த்தது, எப்படி இருக்கிறீங்க என யாழினி கேட்க எனக்கென்ன நீங்கதான் மொத்தமா மாறி வேற அவதாரம் மாதிரி இருக்கிறீங்க. உன்ன பத்தி தான் எல்லோரும் பேசுகின்றனர், இக்கல்லூரியின் பேரழகி, என்று அகிலன் பேசிக்கொண்டிருந்தான். ஐயோ நீங்கவேற அப்படியெல்லாம் ஒன்றுமில்லை அகிலன் எனக்கூறி யாழினி சிரித்தாள்.

அகிலன் நண்பர்களும் அங்கு வந்தார்கள் அனைவரும் ரொம்ப நாளுக்குப் பின்னே யாழினியை பார்த்ததால் பேசிக்கொண்டே இருந்தனர். அகிலனும், யாழினியும் பேசும்போது அமிர்தாவுக்கு கோபழும், பொறாமையாகவும் இருந்தது. ஆனாலும் அமிர்தாவுக்கு ஒரு நம்பிக்கை. தான் காதலை கூறிய போதெல்லாம் வசதிபடைத்த வீட்டுப்பெண் என்பதற்காக நிராகரித்தான் . என்தங்கை மீதும் காதல் வராதென்று தன்னைத் தானே ஆறுதல் படுத்தினாள்.

                                     வாழ்க்கையின் நிமிடங்கள்

சரி, நீங்கள் நாளை பாடுவதாக தானே அக்கா கூறினாள் இன்று ஏன் வந்தீர்கள் என யாழினி கேட்க.

அந்த பைக்கை கண்டுபிடிக்க...

"என்று முகேஷ் சொல்வதற்குள், அகிலன் அவன் வாயை பொத்தி சும்மா இங்கு எப்படி பாடுகிறார்கள் என பார்க்க வந்தோம் எனக்கூறி சமாளித்தான்.நேரம் ஆகிவிட்டது கிளம்பலாம் என அமிர்தா கூற ஆமா ஆமா நேரம் ஆகிவிட்டது என நண்பர்களும் கூற, மழை வருவது போலுள்ளது சீக்கிரம் வீட்டுக்குப் போக வேண்டும் என அனைவரும் கிளம்பினார்கள். எல்லோரும் பேருந்தில் ஏறிச் சென்று விட்டனர். நீங்கள் போக வில்லையா என அகிலன் கேட்க, நானும் யாழினியும் அப்பாவுடன் செல்வோம் எனக்கூற , கனமழையும் பொழிந்தது.

"சலசலவென பொழியும் மழைத்தூரல்
பட்டு மரத்தின் தேகங்களும் சிலிர்க்க
மரக்கிளைகளில் ஜோடிக் குருவிகள்
ஆனந்தமாய் கொஞ்சி விளையாட
கண்களை கொல்லைக் கொல்லும்
இக்காட்சியை கண்டு சொர்க்கம் சென்று
வந்தேன்"

என கவிதை மழைப் பொழிந்தான் அகிலன். அருகிலிருந்த கேன்டீனிலிருந்து இவர்களின் அப்பா அழைக்க குடையை விரித்து இருவரும் சென்றனர். டேய் அகிலா நீயும் வாடா ஒரு டீ குடிக்கலாம் என அவர் கூப்பிட்டார்.

               வாழ்க்கையின் நிமிடங்கள்

நான்கு பேரும் டேபிளில் அமர்ந்து பேசிக் கொண்டிருந்தார், அகிலனுக்கு எதிரே யாழினி அமர்ந்திருந்தாள். படிப்பு, பாட்டு எல்லாம் எப்படி போகுது என அவர் கேட்க, ம்ம் எல்லாம் சிறப்பாவே போகிறது மாமா என்றான். சரி நீ எப்போது பாடுகிறாய் எனக் கேட்டார், நாளை மதியம் யாழினி பாடிய பின்பு மாமா என அகிலன்

கூறினான்.அப்போ சரி, இருவரோட பாட்டையும் ஒன்றாகவே பார்த்து விடலாம் என அவர் கூறினார். அகிலனும் யாழினியும் எதிரெதிரே இருப்பது, அகிலனுக்கு அன்று நடந்தது நினைவுக்கு வந்தது.

"கல்லூரியில் சேர்ந்த முதல் வருடம், அமிர்தாவின் பிறந்தநாள் அன்று நண்பர்கள் அனைவரும் அமிர்தாவின் வீட்டிற்குச் சென்றனர். அங்கு தான் யாழினியும் நானும் சந்தித்து கொண்டோம்;அமிர்தா கேக் வெட்டும் போது அகிலன் ஒரு பாட்டு பாடினான்.

"உலகப் பூக்களின்
வாசம் உனக்குச் சிறை
பிடிப்பேன் உலர்ந்த
மேகத்தைக் கொண்டு
நிலவின் கறை துடைப்பேன்
ஏன் என்றால்
உன் பிறந்தநாள்".

அப்போதே அகிலனை யாழினிக்கு பிடித்து விட்டது. அமிர்தா யாழினிக்கு நண்பர்களை ஒவ்வொருவராக அறிமுகம் செய்து வைத்தாள். இறுதியாக மச்சி இது தான் யாழினி என் தங்கை என அறிமுகம் செய்ய, ஹாய் யாழினி என் பெயர் அகிலன் எனக்கூற, தெரியும் என் அக்கா உங்களைப் பற்றி அதிகம் கூறியுள்ளாள்.

அகிலன் அருமையாக பாடுவான் என்றும் சொல்லியிருக்கிறாள். ஆனால் இன்றே அதை நேரில் காண வாய்ப்பு கிடைத்தது என யாழினி கூறி முதல் சந்திப்பிலேயே இருவரும் நெருக்கமானார்கள். நீங்களும் ரொம்ப அழகாகவும், அறிவுடனும், பண்பாகவும் இருக்கிறீர்கள் என அகிலன் கூறினான். இருவருக்கும் காதல் ஆசை கூட வந்தது. ஆனால் அதை வெளிப்படுத்த இருவரும் தயங்கினர்.

பார்ட்டி முடிந்ததும் நண்பர்கள் வீட்டிற்குச் சென்றார்கள். சில மணிநேரம் கழித்து அமிர்தா அகிலனுக்கு கால்செய்தாள். அகிலன் பாடிய பாட்டை வைத்து தன்னை காதல் செய்வதாக தவறாக புரிந்துகொண்டு தன் காதலை வெளிப்படுத்தினாள், அகிலன் சற்று நேரம் மௌனமாகினான்.

அகிலா, ஹலோ.... ஹலோ...... அகிலா இருக்கியா , பதில் சொல்லுடா என அமிர்தா

                         வாழ்க்கையின் நிமிடங்கள்

கேட்க, அவன் நிராகரித்து விட்டான்.தன் குடும்ப பின்னணியை வைத்தே தன் காதலை மறுப்பதாக அமிர்தாவே முடிவெடுத்து விட்டாள். அகிலன் மறுத்ததன் காரணம் என்னவென்று நமக்கு மட்டுமே தெரியும்.

அகிலன் வீட்டிற்கு வந்தாலும் அவன் நினைவுகள் அமிர்தா வீட்டிலே இருந்தது, யாழினியிடம் சொல்லியிருக்கலாமோ என வருத்தப்பட்டுக் கொண்டிருந்தான். அங்கு யாழினியும் அகிலனிடம் சொல்லியிருக்கலாமோ என வருந்திக் கொண்டிருந்தாள். காலப்போக்கில் அமிர்தாவுக்கு இருவர் நடவடிக்கைகளில் சந்தேகம் வந்தது, யாழினியும் வேறு கல்லூரியில் சேர்ந்தாள் , அவள் விடுதியில் தங்கி படிக்கவும் அமிர்தா சதி செய்தாள் ஆனால் அது நடக்கவில்லை. ஆனால் இருவரும் சந்திக்காத அளவு பார்த்து கொண்டாள்.

"மழை நின்ற பின்பும் தூரல் போல
உன்னை மறந்த பின்பும் காதல்"

என அகிலன் பாட அங்காடியில் உள்ளவர்கள் அனைவரும் ரசித்து கேட்டார்கள். மழையும் நின்றது. நான் செல்கிறேன் மாமா எனச் சொல்லி விட்டு கிளம்பினான். அமிர்தாவும் யாழினியும் அப்பாவுடன் வீட்டிற்குச் சென்றார்கள்.

மறுநாள் கல்லூரிக்கு அகிலன் கிளம்பினான். யாழினி தான் பாட விருப்பதால் அழகு பட்டாடை உடுத்தி, தலை நிறைய பூ வைத்து ஒரு தேவதை போல் கல்லூரிக்கு வந்தாள். சாதாரணமாகவே அவள் அழகிற்கு மயங்காதவர்கள் இல்லை இப்போது சொல்லவா வேண்டும். இருவரும் தனக்கான இருக்கையில் அமர்ந்து கொண்டார்கள். யாழினி பாடுவதற்கு சில மணித்துளிகளுக்கு

முன்பு அக்காவை தேடிச் சென்றாள்.அகிலனுக்கு ஒரேயொரு வருத்தம் தான் அந்தக் குரலுக்கு சொந்தமானவளை இறுதிவரை பார்க்கவில்லை என்று. யாழினி வெளியே வந்து அக்காவிற்கு கால் செய்தாள், அவள் அரங்கத்திலிருந்து வெகு தொலைவில் உள்ள ஒரு பூங்காவில் உள்ளதாக கூற அவளைத் தேடி யாழினி சென்றாள். அரங்கிலிருந்து நூறு மீட்டருக்கும் தொலைவில் உள்ள பூங்காவிற்கு செல்லும் வழியில் ஒருவர் அவளை பின்தொடர்ந்து சென்றார். அங்கு யாழினியை யாரோ அறையினுள் தள்ளி வெளியே பூட்டிச் சென்றார். இதை பின்னே வந்தவரும் மறைந்திருந்து பார்த்துக் கொண்டிருக்க.

யாழினி கதவை திறங்க,யாரவது கதவை திறங்க எனக் கதறினாள் . வெகு தொலைவில் உள்ளதால் யாருக்கும் கேட்கவில்லை. இங்கு "யாழினி, யாழினி,"என மேடையிலிருந்து கூப்பிட, அரங்கம் முழுவதும் யாழினி என்ற ஒற்றைச் சொல்லே ஒலித்தது. யாழினி வராத காரணத்தால் இறுதிப் போட்டியாளர் மேடைக்கு வரவும் என அறிவித்தார்கள். அகிலனும் அரங்கம் முழுவதும் சுற்றி சுற்றி தேடினான்.

அகிலா, நீ மேடைக்கு செல் நாங்கள் சென்று யாழினியை தேடுகிறோம் என அவள் அப்பாவும் நண்பர்களும் கூற, வேறு வழியின்றி அகிலன் மேடைக்கு சென்றான். அகிலன் மைக்கை கையில் பிடித்துபாடும் முன் அவன் கைப்பேசி அதிர்ந்தது. ஒரு குறுஞ்செய்தியும், இரண்டு குரல் பதிவும் யாழினியிடமிருந்து வந்திருந்தது."என்னை இங்கு அறையில் வைத்து யாரோ பூட்டி விட்டார்கள் என்றும், நீ நன்றாக பாட வேண்டும் என்றும்" குறுஞ்செய்தி அனுப்பியிருந்தாள்.

      வாழ்க்கையின் நிமிடங்கள்

அகிலன் அந்தக்குரல் பதிவை கேட்கும் முன் எல்லோரும் அவனை பாடச்சொல்ல கைப்பேசியை பையில் வைத்து பாடத் தொடங்கினான்.

"வாழ்க்கையே ஒரு மாயையடா, எதுவும் இங்கு நிரந்தரமில்லை எதைத் தேடி நீயும் செல்கிறாய், உந்தன் வாழ்க்கை முடியும் வரை ஓட்டம் நிற்காமலே கால்கள் சோர்ந்து, வயதும் முதிர்ந்திடுமே முதிர்ந்து ஓர் நாள் மண்ணுள் வீழ்வாயே நிரந்தரமில்லா வாழ்க்கையில் நீ பணத்தை நிஜமென நினைப்பது ஏன் சிந்தித்து ஓடடா, நீ சிந்தித்து ஓடடா."

என்று பாடி முடிக்க அரங்கமே அதிரும் அளவிற்கு கைதட்டல், பிரபல இசையமைப்பாளரும் அகிலனை கட்டிதழுவி பாராட்டினார்.

இது ஒருபுறமிருக்க, அங்கு யாழினி எங்கு என தெரியாமல் விறு விறுவென அரங்கம் வெளியே வந்து யாழினி அனுப்பிய குரல் பதிவை கேட்டான்.

"அகிலன் நீ தேடும் குரலுக்கு சொந்தக்காரி வேறு யாருமல்ல, அது நான்தான்" என முடிய, அடுத்த பதிவைக் கேட்டான். உன்னை எனக்கு ரொம்ப பிடிக்கும் அகிலன் உனக்கும் என்னை பிடிக்கும் என்று தெரியும், நீ சொல்வாய் என காத்திருந்தேன். ஆனால் இப்படி ஒரு சூழலில் உன்னிடம் நான் இதைச் சொல்வேன் என்று எதிர்பார்க்கவில்லை. அடுத்த பதிவில் தான் பாடிய ஒருபாடலை அனுப்பியிருந்தாள். முதல்வரியிலே அகிலன் கண்டுபிடித்து விட்டான். இதையெல்லாம் கேட்ட அகிலன் உறைந்து போய் சுவற்றில் சாய்ந்து தரையில் அமர்ந்தான். மீண்டும் கைப்பேசி அதிர, அகிலன் யாரென்று தெரியாமல், யாழினி

   வாழ்க்கையின் நிமிடங்கள்

எங்க இருக்க எனக் கேட்க, மச்சான் நான் குனா பேசுறன்டா.

இங்கு யாழினி 99-வது அறையில் மயங்கி கிடக்கிறாள் நீ சீக்கிரம் வாடா என குனா கூற என்னாடா சொல்ற எப்படிடா எனக் கேட்டு வேக வேகமாக அங்கு ஓடினான்.

ஆம்புலன்ஸ் வந்தது. யாழினியை ஏற்றினார்கள் அமிர்தாவும் அவள் அப்பாவும் ஆம்புலன்ஸில் ஏறினார்கள்.அமிர்தா அழுதபடியே அகிலனை பார்த்து கொண்டிருக்க எதிரே உறைந்து போய் நின்றிருந்தான் அகிலன்.

என்னடா நடந்தது பாட வேண்டிய அவள் எப்படி இங்கு வந்தாள் யார் அவளை அறையில் வைத்து பூட்டியது என மதம்பிடித்த யானை போல கத்தினான். பின்னர்,

மாலைநேரம் அகிலன் அவன் நண்பர்களுடன் யாழினியைப் பார்க்கச் சென்றான். யாழினி எங்கே என அமிர்தாவிடம் கேட்க, அவள் வந்ததிலிருந்து அறையை விட்டு வெளியே வரவே இல்லை. வானம் அதிரும் அளவு பேசியவள் இப்போது யாரோடும் பேசாமல் கூண்டினுள் சிறைபட்டு விட்டாள்.இதைக் கண்டு கலங்கிய அவளின் தந்தை இதை கண்டுபிடிப்பதற்காக கல்லூரி கண்காணிப்பு கேமரா கட்டுப்பாட்டு அறைக்குச் சென்று நடந்ததை காண அங்குச் சென்றார்.

யாழினி கதவை திற என அகிலன் சொல்ல சற்று நேரத்தில் கதவு திறக்கப்பட்டது. இருட்டான அவ்வறையில் ஓர் மூலையில் அமர்ந்திருந்தாள் யாழினி. நண்பர்கள் அனைவரும் சிறிது நேரம் இருந்துவிட்டு யாழினியிடம் பேச முயற்சித்தனர். ஆனால் அவள் எதுவும் பேசவில்லை.அனைவரும்

                    வாழ்க்கையின் நிமிடங்கள்

அறையை விட்டு வெளியேற அகிலன் இறுதியாக வாசலில் நின்று யாழினியைப் பார்த்துச் செல்ல, அகிலன் என்னை இப்போது ஏற்றுக்கொள்வீர்களா என யாழினி கேட்க அகிலன் உறைந்து போய் மௌனமாக நின்றான். என்ன ஆச்சு யாழினி உனக்கு அங்கு என்னதான் நடந்தது நீ ஏன் அங்கு சென்றாய் என கேள்விகளை அடுக்கினான் அகிலன்.

அங்கு யாழினியின் தந்தை அக்காட்சியை கண்டுமனம் உடந்தே போனார். ஒரு பெண் யாழினியை அறையினுள் தள்ளி பூட்டி விடுகிறார். பின்னர் ஒரு நபர் உள்ளே செல்கிறார்.சிறிது நேரம் கழித்து அவர் வெளியே வருகிறார். வெளியே வரும்போது அவர் முகம் பதிவாகிவிட்டது.இதை பார்த்த யாழினியின் அப்பா மயங்கி கீழே விழ , அருகிலுள்ளவர் தண்ணீர் தெளித்து எழுப்பினார். தம்பி இதிலுள்ள காட்சிகளை அழித்து விடுங்கள் என்றும் இதை யாரிடமும் சொல்லாதீர்கள் எனக்காக எனக்கூறி சத்தியம் வாங்கிக் கொண்டார்.

அங்கு, யாழினிக்கு அகிலன் தண்ணீர் எடுத்து திரும்ப வரும்போது "யாழினி தற்கொலை செய்ய முயற்சித்து கொண்டிருக்க", அகிலன் ஓடிவந்து யாழினியை காப்பாற்றினான்.

உனக்கு என்ன பைத்தியமா, தற்கொலை பன்னும் அளவிற்கு உனக்கு அப்படி என்னதான் நடந்தது. நீ ஏன் இப்படி மாறி விட்டாய் . என்னிடம் கூட சொல்லமாட்டியா என அன்பு கலந்த கோபத்துடன் கேட்க யாழினி கதறியழ ஆரம்பித்தாள். அகிலன் யாழினியின் இரு கைகளையும் பிடித்து "என்னை பாரு யாழினி", உனக்காக நான் இருக்கிறேன். எதுவாக இருந்தாலும் என்னிடம் சொல் எனக்கூற"

யாழினி என்னை விட்டுவிடு அகிலன் என்னை ஒருவன் பலவந்தப்படுத்தி விட்டான். என்பாதி உயிர் அங்கேயே போய்விட்டது இந்த மீதி உயிர் ஏன் இருக்க வேண்டும் சொல்லு என அழுதுகொண்டே கூற, அகிலன் நொறுங்கியே போனான். கொஞ்சநேரம் மௌனமாக இருந்தான். பின்னர் பேசத் தொடங்கினான் , யாழினி உன்னோட வலி என்ன வென்று நான் அறிவேன். சுயநல உலகில், இப்படி கேவலமான ஒன்றை செய்ததற்கு அவன்தான் வெட்கப்பட வேண்டும். உன்னை பலவந்த படுத்தியவன் மகிழ்ச்சியாக சுற்றித் திரியும் போது நீ ஏன் துன்பக்கடலில் முத்துக்குளிக்கிறாய். இன்னொரு ரம்யாவை இச்சமுகம் காண நான் விடமாட்டேன்.

எனக்கு ஒரு சத்தியம் செய்து கொடு யாழினி, "எந்த சூழ்நிலையிலும் எப்படிப்பட்ட தருணத்திலும் எந்தவொரு தவறான முடிவும் எடுக்கமாட்டேன் என்றும், பழைய யாழினியாக இருக்க முயற்சி செய்வேன் என்றும் சத்தியம் செய்து கொடு" யாழினி என அகிலன் கேட்டான்.

இப்பவும் சரி எப்பவும் சரி நான் உன்னை தான் காதலிக்கிறேன், "மண்ணுள் வீழும் வரைக்கும் நீ என்னுள் இருப்பாய்", உனக்காக நான் இருப்பேன். என்று நம்பிக்கை அளித்துவிட்டு, நீ தனிமையில் அமர்ந்து யோசித்துபார் , நான் மீண்டும் உன்னை சந்திக்கிறேன், எனக் கூறிவிட்டு வெளியே கிளம்பினான்.

அகிலன் அந்தப் பொறுக்கியை தேடி அவன் வீட்டிற்குச் செல்ல, அங்கு அவன் இல்லை.எங்கு போயிருப்பான் என யோசித்து கிளம்பும் வேளையிலே, அண்ணா ஒரு நிமிடம் நில்லுங்கள் என குமாரின் தங்கை கூற, அகிலன் நின்றான்.

என் அப்பாவும் அண்ணாவும் பேசும் போது நான் கேட்டேன் அதை. என்னுடைய அண்ணன் பெரிய தவறொன்றை செய்துவிட்டான். அவனை இதிலிருந்து காப்பாற்றுவதற்காக பெரிய பெரிய வழக்குரைஞர்கள் எல்லாம் எங்கள் வீட்டிற்கு வந்து பணம் பெற்று விட்டுச் சென்றார்கள். நாளை நீதிமன்றம் விடுமுறை என்பதால் அவன் அருகிலுள்ள குட்டித் தீவில் மறைந்திருக்க என் அப்பா ஏற்பாடு செய்துள்ளார். என அழுதுகொண்டே கூற,அண்ணா நானும் ஒரு பெண்தான் அவன் என்னுடைய அண்ணன் என்பதற்காக அவனை காப்பாற்ற முயற்சிக்க மாட்டேன் என்றும் கூறினாள், குமாரின் தங்கை. குமார் இச்சட்டத்தின் முன் பணத்தால் தப்பித்து விடக்கூடாது.அவனை கொன்று விடுங்கள் அண்ணா என கைகூப்பி கேட்டுக் கொண்டாள்.

அகிலன் , குமாரைத் தேடி அந்தத் தீவிற்குச் சென்றான். அங்கு யாழியின் தந்தை தன் காவல் துறை நண்பரின் உதவியால் குமார் இருக்கும் இடத்தை கண்டறிந்து அவனைத் தேடிவிரைந்து சென்றார்.எப்படியோ இந்தத் தகவல் எல்லாம் குமாரின் அப்பாவுக்கு தெரியவர உடனே குமாருக்கு தகவல் சொல்லி அங்கிருந்து கிளம்பி வரச் சொன்னார். அவன் அங்கிருந்து கிளம்புவதற்குள் அகிலன் அங்குச் சென்று விட்டான். குமாருக்கு பாதுகாப்பாய் மூன்று பேர் அங்கிருந்தார்கள். அகிலனுக்கும் அம்மூவருக்கும் இடையே நீண்ட நேர போராட்டத்திற்கு பின் அவர்கள் விழ்ந்துவிட அகிலன் குமாரை துரத்தி ஓடினான். குமாரிடம் அகிலனால் போராட முடியவில்லை, அப்படியிருந்தும் அவனுடன் போராடி கிழே கிடந்த கட்டையால் அவனைத் தாக்க குமார் கீழே விழுந்தான்.

யாழினி தந்தை தோணியில் வந்து கொண்டிருந்தார். அகிலன் மரங்களின் நடுவே பெரிய குழி ஒன்று தோண்டி, குமாரின் தலை மட்டும் நிலத்தின் மேலேயும் உடல் முழுவதும் பூமிக்குள்ளும் இருக்குமாறு புதைத்தான்.

யாழினியின் தந்தை கரையில் இறங்கி ஒரு பலத்த இரும்புக் கம்பியோடு குமாரைத் தேடி தீவு முழுவதும் சுற்றித் திரிய அங்கு குமாரை அந்த நிலைமையில் பார்த்ததும் உறைந்து போய் கம்பியை கீழே போட்டார். இவனை யார் இப்படி செய்தது என்று சுற்றிப் பார்க்க கடற்கரை ஓரத்தில் யாரோ நிற்பதைக் கண்டார்.யாரது என்று அவர் கேட்க,அகிலன் திரும்பினான். முகம் முழுவதும் இரத்தம் வழிந்து சட்டை முழுவதும் இரத்த வெள்ளமாகவும் , "**மதம்பிடித்த இராமனை கொன்ற இராவணன் போல் நின்று கொண்டிருந்தான்**".

டேய் அகிலன், நீ எப்படி இங்கு.குமாரை அப்படி செய்தது நீ தானா எனக் கேட்டுக்

கொண்டிருக்கும் போதே, தூரத்திலிருந்து ஒரு தோணியில் கடலோர காவல்படை வருவதைக் கண்டனர். அங்கு குமார் கண்விழித்து காப்பாத்துங்க காப்பாத்துங்க என கத்தினான். இது குமாரின் தந்தையோட ஏற்பாடுதான், எனக் கூறிக்கொண்டு குமாரை நோக்கி ஓடினான், குமார் அருகில் கிடந்த கம்பியை எடுத்து, "நீ வெளியே சென்றால் எப்படியும் உன் அப்பாவின் பண பலத்தால் வெளியில் சுதந்திரமாய் சுற்றுவாய்" அப்படி நடந்தால் இச்சமூகத்தில் பல பெண்களின் வாழ்க்கை கேள்விக்குறியாகி விடும்.

அதனால் நீ வழக்கம் போல இறந்து விடக்கூடாது" எனச் சொல்லி அவனை வெளியே தூக்கி இரு கால்களையும் சிதைத்து, இரு கைகளையும் உடைத்து தலையில் கம்பியால் அடித்து அவனை தரையில் வீழச் செய்தான். பின்பு ஒரு ஊசியை செலுத்தினான். காலத்திற்கும் அவன் உயிரோடு தான் இருப்பான், ஆனால் பிணமாக இருப்பான் அப்படியொரு ஊசிதான் அது. அமைதியாக பார்த்த அகிலனா இப்படி அசுரன் போல் நடந்து கொள்கிறான்", ஒரு பக்கம் வருத்தப்பட்டாலும் யாழினிக்காக அகிலன் இருக்கிறான் என்ற நம்பிக்கையுடன், அகிலனை நோக்கி வந்து, அவன் தோள் மீது கை வைத்து குமாரைப் பார்த்தார்.

"ஒரு பெண்ணை பொக்கிஷமாக பார்க்க தெரியாதாடா?? வெறும் ரத்தமும் சதையும் நிறைந்த இறைச்சியாக மட்டுமே பார்ப்பீர்களா?? என்ன ஒரு கேவலமான பிறவிடா இந்த மானுடப் பிறவி" எனக்கூறி அவர் கதறினார்???

மாமா, நான் யாழினியை கா...

                              வாழ்க்கையின் நிமிடங்கள்

என்று சொல்வதற்குள் தெரியும் அகிலன் யாழினி முன்பே சொல்லியிருக்கிளாள். அவளுக்கு என்னைவிட உன்னை ரொம்ப பிடிக்கும் என என்னிடமே கூறியிருக்கிறாள், உன் கால்பிடித்து கேட்கிறேன் இந்தச் சம்பவத்தால் அவளை விட்டுவிடாதே, உன்னால் மட்டுமே அவளை மீண்டும் பழைய யாழினியாக மாற்ற முடியும்" எனச் சொல்லி அழுதார்.

அவள் என்னோட முகம், யாழினி ஒரு பொக்கிஷம் அதை நான் தொலைத்து விடமாட்டேன் என பேசிக் கொண்டிருக்கையில், காவல்துறையினர் கரையில் இறங்கி நடந்துவந்து கொண்டிருந்தனர். மாமா அவர்கள் இவனைத் தேடி தான் வருகிறார்கள். எப்படியும் நான் செய்த குற்றத்திற்கு இரண்டு வருடமாவது தண்டனை கிடைக்கும். அதுவரை யாழினியை கவனமாக பார்த்துக் கொள்ளுங்கள் என அகிலன் கூறி அழுதான்.

யாழினியின் தந்தை அகிலன் கையிலிருந்த கைம்பியை வாங்கி இவனை இப்படி செய்தது நீ அல்ல நான் தான். மாமா...

இப்போது யாழினிக்கு தேவை என்னுடைய அரவணைப்பு அல்ல, ஒரு சிறந்த நண்பனின் அன்பும், நம்பிக்கையும் தான் அது உன்னால் மட்டுமே முடியும், என அவர் கூறினார். நான் வாழ்ந்து முடித்தவன் நீ இப்போது தான் வாழ்க்கையை தொடங்குகிறாய், அதனால் "நீ வாழவேண்டும் அகிலன், யாழினிக்காக மட்டுமின்றி, அவளைப் போன்ற பல பெண்களுக்காக", எனக் கூறினார்.

மூவரையும், தோணியில் ஏற்றி காவல் நிலையத்துக்கு கூட்டிச் சென்றனர். ஆய்வாளர்

அகிலனை விசாரித்து விட்டு வீட்டிற்கு கிளம்பிச் சொன்னார். போகும் போது யாழினி தந்தையிடம் பேசிவிட்டுப் போக, அவர் என்னை மன்னித்து விடு அகிலன், "நம் யாழினி இப்படி ஆனதற்கும் , நாம் இப்படி ஆனதற்கும் மூலக்காரணம் அமிர்தா தான். எனக்கூற அகிலன் உடைந்தே போனான். அவளுக்கு நீயே ஒரு நல்ல தண்டனை கொடு என்று சொன்னார்". அகிலனும் வீட்டிற்கு சென்றான்.

இரண்டு வாரம் கழித்து, அகிலன் யாழினியை பார்க்க வீட்டிற்குச் சென்றான். அங்கு, "அமிர்தா என்னை மன்னித்து விடு அகிலன் , நான் தான் யாழினியை" எனக்கூறி கதறி அழுதாள். அகிலன் சிரித்துக் கொண்டே, யாழினி எங்கே என கேட்டான். யாழினி அகிலனை கண்டதும் ஓடி வந்து கட்டித் தழுவி கதறி அழுதாள்.அழாதே யாழினி, "பெண்ணின் கண்ணீருக்கு விலையில்லை", வீணாக அதை செலவழிக்காதே.என்னுடன் வா என்று அருகிலுள்ள பூங்காவிற்கு அழைத்துச் சென்றான்.

யாழினி, என்னைப் பார் , இது முன்பிருந்த யாழினி அல்ல" அவளின் நேர்கொண்ட பார்வை, "கர்ஜனை பேச்சு" இது தான் அவள், மீண்டும் அவள் வெளியே வர வேண்டும் என அகிலன் கூறிக் கொண்டிருக்க , அவளோ அகிலன் தோள் மீது சாய்ந்து அமைதியாக அமர்ந்திருந்தால். யாழினி அகிலனிடம் , அப்பா எங்கே இவ்வளவு நாள் நீயும் எங்கு சென்றாய் எனக் கேட்டாள். உன் அப்பா ஒரு முக்கியமான வேலைக்காக டெல்லி சென்றுள்ளார், உன்னை தொந்தரவு செய்ய வேண்டுமென்று சொல்லாமல் போய்விட்டார் என அகிலன் கூறினான். ஒஒஒ

அகிலன் என்னை இப்படி செய்தவனுக்கு இந்த நாட்டில் தண்டனை ஏதும் கிடையாதா. "இருக்கிறது யாழினி ஆனால் அது பணக்காரர்களுக்கு எல்லாம் வார்த்தை சட்டம் மட்டுமே".

> "இந்த சுதந்திர நாட்டில், சுதந்திரம் என்பது
>
> எந்த தண்டனையுமின்றி ஒரு பெண்ணை
>
> பலவந்தப்படுத்துவதே"

எனக்கூறினான்......

உனக்கு குமாருக்கு தண்டனை கிடைக்க வேண்டும், அவ்வளவு தானே. ஒரு செய்தியை யாழினிக்கு காண்பித்தான். அதில் "பிரபல தொழிலதிபரின் மகன் ஒரு வாகன விபத்தில் சிக்கி மருத்துவமனையில் அனுமதிக்கப்பட்ட நிலையில் கை, கால்கள் செயலிழந்து கோமாவிற்கு சென்றார் என அச்செய்தியில் குறிப்பிட்டிருந்து.

சட்டத்திலிருந்து தப்பிக்கலாம், ஆனால் கடவுளிடமிருந்து தப்பிக்க முடியுமா என யாழினி கூறினாள்.

கடவுள்.....

"என்ன நடந்தது என்பது உனக்கு இப்போது தெரிய வேண்டாம், குமாரின் தந்தை செல்வாக்கினால் நடந்ததை மறைத்து இப்படியொரு செய்தியை வெளியிட வைத்துள்ளார்" இச்செய்தியை கண்ட பின்னரே யாழினியிடம் ஒரு மாற்றம் தெரிகிறது. அது என்றும் நிலைக்க வேண்டும் அவளின் நம்பிக்கை கடவுளாக நான் என்றும் இருப்பேன்",என மனதிற்குள்ளே அகிலன் பேசிக் கொண்டான்.

யாழினி கடவுள்தான் அவனை தண்டித்து விட்டாரே இன்னும் ஏன் உன்னை வருத்திக் கொள்கிறாய். என் யாழினி இப்படி கிடையாது, எவ்வளவு பெரிய துன்பம் வந்தாலும் அதை கடந்து மீண்டும் எழுந்து வருவாள். அவள் எங்கே? என அகிலன் யாழினிக்கு நம்பிக்கை அளித்தான்.

"இல்லை அகிலன், கல்லூரியில் எல்லோரும்" ...

யாழினி உன்னிடம் எனக்கு பிடித்ததே உன் கம்பீரமான பேச்சு தான், அது எங்கே?

"பெண் என்றால் இப்படித்தான் இருக்கவேண்டும் என்ற இச்சமூகம் காட்டிய மாயயை உடைத்தெரிந்தவள் நீ".

அதனாலே, எனக்கு யாழினியை அதிகம் பிடிக்கும். அந்த யாழினி மீண்டும் வரவேண்டும் " நீதான் இச்சமூகத்திற்கு ஓர் முன்னோடி " , என்னோடு கல்லூரிக்கு வா.

"முன்பு பழகியது போல் இயல்பாக இரு" ஆயிரம் பேர் உன்னை கேலி செய்தாலும் "உன் கம்பீர பேச்சால் அவர்களை வெல்", உனக்காக எப்பொழுதும் நான் இருப்பேன். "எழுந்து வா என்னோடு" என இறுதி பருவத் தேர்வினை எழுதுவதற்கு அழைத்துச் சென்றான்.

தனக்கு நடந்த துயரங்களை கண்டு வருந்தி மீண்டும் அங்கேயே செல்கிறாள் யாழினி கடவுளின் துணையோடு!!

"இச்சமூகம் எறியும் வார்த்தை அம்புகளை எதிர்நோக்கி யாழினியின் வீரப் பயணம்"

தொடரும்...

 வாழ்க்கையின் நிமிடங்கள்

விரலுக்கேற்ற வீக்கம்

ஆதிமனிதன் எப்போது நாகரிக வாழ்க்கைக்கு மாறிச் சென்றானோ, அப்போது தான் இந்த ஏற்றத்தாழ்வுகள் தொடங்கப்பட்டது.

இதை நாம் ஆராய்ச்சி செய்தால் இந்தப்பிறவி போதாது. சரி, கதையை தொடர்வோம். சமூகம் என்ற அமைப்பு நாகரிக மனிதனால் இப்பூமியில் அறிமுகப்படுத்தப்பட்டது. இப்படி காலங்கள் பல கடந்தும் மாறாத ஒன்று உண்டென்றால் அது ஏழ்மை மட்டுமே.

இன்னும் சொல்லப் போனால் மனித வாழ்க்கை இந்த நூற்றாண்டை விட பல நூற்றாண்டுக்கு முன்னர் செல்வ செழிப்பாக இருந்துள்ளது. நம் நாட்டை ஆட்சிசெய்த ஒவ்வொரு பேரரசுகளின் மூலமும் நாடு மேன்மையும் அடைந்தது, பல சரிவுகளும் சந்தித்துள்ளது.

காலப்போக்கில் ஆங்கிலேயர் என்ற ஆதிக்க சக்தியும் இந்தியாவை ஊசல் குண்டு போல பயன்படுதினார்கள் என்பது நாம் அனைவரும் அறிந்த ஒன்று. நாம் ஒன்று மட்டும் மனதில் பதியவைத்துக் கொள்ள வேண்டும். எந்த ஒரு நிகழ்வுகளுக்கும் இரண்டு முகங்கள் உள்ளதென்பதை.

நன்மை- தீமை, தலை -பூ, என்று அனைத்திலும் இருமாதிரியான நிகழ்வுகளுண்டு.அதன்படி பார்த்தால் ஆங்கிலேயன் நமக்கு செய்த நன்மை என்னவென்றால்,"கல்வி" ஒன்றே முதன்மையாக

வந்து நிற்கும். அவன் கொடுத்த கல்வியறிவாலே அடிமட்டத்தில் உள்ளவர்களும் கூட புரட்சி பாதையில் பயணிக்க முடிந்தது. அவர்கள் எவ்வளவிற்கதிகமாக நன்மை செய்துள்ளார்களோ அதேபோல் தீமைகளும் உள்ளன அவர்களால் கொல்லை செய்யபட்டதோ ஏராளம், இவர்களின் கொள்ளை 'நாதிர்ஷா'வையே மிஞ்சுவிட்டது. இதுபோல பல பேரரசுகளும் நமக்கு நன்றாகவே செய்துள்ளனர்.

"நாம் யார் என்பதை விட நம்மால் என்ன செய்ய முடியும்" என்பதே உண்மையானது. இந்த வரிகளை அனைவரும் கேட்டதுண்டு. இதை புரிந்து கொண்டவர்கள் மிகச்சிறந்த ஆளுமையாக திகழ்ந்துள்ளனர். நம்மால் எவ்வளவு முடியுமோ அந்த அளவை தாண்டாமல் வாழ்ந்தாலே வாழ்க்கை மகிழ்ச்சியாக இருக்கும். அதே போல்

"போதும் என்ற சொல்லை எவன் உணர்கிறானோ அவனே வாழ்க்கையில் முழுமையடைகிறான்".

இதை பின்பற்றாமல் வாழ்பர்களின் பின்விளைவே என்னை இப்படியொரு தலைப்பில் கதை எழுதத்தூண்டியது.

நூறு கோடிக்கும் மேல் வாழும் நம் இந்திய நாட்டில் பலவிதமான மக்கள் உள்ளனர். அந்நியனை விட நிமிடத்திற்கு நிமிடம் மனம் மாறும் குரங்கு மனிதர்கள்.

மருத்துவ அறிக்கையில் மனிதன் ஒவ்வொரு 96 நிமிடத்திற்கு ஒரு முறை மட்டுமே மனம் மாறுகிறான் எனக்கூறுகிறது, ஆனால் நாம் பதில் இல்லை.

ஒரு சாதாரண மனிதனின் வாழ்க்கையை அவன் மட்டுமே தீர்மாணிக்க முடியாது, அவனை சுற்றியிருக்கும் இச்சமூகம் தான் தீர்மாணிக்கிறது.

இப்படி இந்த சமூகத்தின் பார்வைக்காக மட்டுமே சில மனிதர்கள் வாழ்கிறார்கள். அன்றாட வேலை செய்து வாழ்க்கையை வாழும் நாம் ஏன் பிறருக்காக வாழ வேண்டும். பாலா என்பவன் அடித்தள வகுப்பைச் சோர்ந்தவன். முகேஷ் என்பவன் நடுத்தர வகுப்பைச் சேர்ந்தவன். சக்தி என்பவன் வசதியான குடும்பத்தைச் சேர்ந்தவன். இதையும் தாண்டி இந்த மூன்று விதமான வகுப்பையும் வாழ வேண்டுமென்று தனது வாழ்க்கையை இழந்து வாழ்பவன் குனா.

இப்படி இந்த அனைவரையும் ஒரே புள்ளியில் நிறுத்துவது பணம் மட்டுமே. இவர்கள் அனைவரும் பணத்திற்காகவே ஓடுகிறார்கள். தன் தேவைகளை நிறைவு செய்ய வேண்டும்.

அந்தத் தேவை எப்போதும் நிற்பதில்லை, அவர்களை நிற்க விடுவதும் இல்லை.

பாலா தினக்கூலியை நம்பி வாழ்பவன், அதை வைத்தே அவன் குடும்பத்தை சமாளிக்க வேண்டும்.

ஆனால் அவனது தேவைகளுக்கு அந்த வருமானம் போதவில்லை. அவனால் உட்கார்ந்து சிந்திக்க கூட நேரமில்லை. இவன் எவ்வளவு சம்பாதித்தாலும் எதாவது ஒரு வழியில் கரைந்து கொண்டே செல்கிறது. அவனால் அதை புரிந்த கொள்ள முடியவில்லை. அவனது தேவைகள் அவனை நிற்க விடவில்லை ஓடிக்கொண்டே இருந்தான். முகேஷ் இவனுக்கு உந்து சக்தியாக பக்கபலமாக இருப்பது அவன் பெற்றோர்கள்.

அவன் அவர்களிடமிருந்து தேவையானவற்றை பெற்றுக்கொள்கிறான்.

சக்தி இவனைப் பற்றி கூறவே தேவையில்லை சகல வசதிகளும் படைத்தவன், இருந்தாலும் அவனுக்கு கூட தேவை இருந்தள்ளது.

இவர்களை விட குணா வாழ்க்கையோ மிகவும் கொடூரமாக இருந்தது. அவன் மிகவும் பேராசை பிடித்தவன். தன்னால் முடிந்த அளவிற்கு என்ற சொல்லை உணராதவன் . போதும் என்ற வார்த்தையை கேட்டிராதாவன்.

எப்படி பார்த்தாலும் அனைவருக்கும் பணம் ஒன்றே இணைப்பு புள்ளியாகவும் அத்தியாவசமானதாகவும் இருந்தள்ளது. இச்சூழ்நிலையை உருவாக்கியது இந்த பேரரசும், அரசாங்கங்களுமே. நமக்கேன் அரசியல் நம் கதையை தொடர்வோம்.

குணா தனக்கு தேவையான நேரங்களில் யாரிடமும் கடன் வாங்க தயங்காதவன். இந்திய குடிமகனின் அத்தியாவசியம் குடிதான் இதனாலே பல குடும்பங்கள் தன் வாழ்வை இழந்துள்ளது, குணா மட்டும் இதற்கு விதிவிலக்கா. தன் ஊதியத்தை விட அளவுக்கதிகமாக குடிப்பவன் . ஆரம்பத்தில் இவனது தேவை சிறியதாகவே இருந்தது. காலம் போக போக அவனின் எதிர்பார்ப்புகள் அதிகமாகியது .

அவன் நண்பர்களைப் போலவே ஆடம்பர வாழ்க்கை வாழ நினைத்தான். ஆனால் விதி ஏனோ அவனை தினக்கூலிக்கு ஆளாக்கியது. குணா நன்றாக படிக்கவில்லை அதனால் வேறு இடத்திற்கும் வேலைக்கு செல்ல முடியாது. இத்தருணத்தில் அவனுக்கு தினசரி வேலைக்கு

சென்றால் மட்டுமே பணம் கிடைக்கும் என்ற நிலைமை.

"அவன் மாற்றத்திற்கு மேலும் ஓர் காரணம் இச்சமூகம்". இவனை பார்ப்பவர்கள் அவன் உறவினர்களை சுட்டிக் காட்டி அவனே வேலைக்கு போய் விட்டான் நீ இன்னும் வேலைக்கு போகவில்லை என்ற ஏளனமான கேள்விகள். மேலும் இவனுக்கும் நல்ல வேலைக்கு செல்ல ஆசையும் வந்தது. இதனால் பணத்தேவையும் இருந்தது. பக்கத்து வீட்டுக் காரரிடம் உள்ளது போல இரு சக்கர வாகனம் வேண்டும் , அவன் கைபேசி போல எனக்கும் வேண்டுமென்ற ஆசை, இப்படி ஒவ்வொன்றாய் வளர்ந்தது கொண்டே சென்றது.

முதல் முறையாக கடன் வாங்க ஆரம்பித்தான். கொடுப்பவனும் சரி, இவனும் சரி ஆனந்தமாகவே இருந்தனர்.விரைவாகவே அந்த பணம் தீர்த்துவிட மீண்டும் அவனுக்கு பணம் தேவைப்பட்டது. அக்கம் பக்கம் இருப்பவர்களிடம் குனா கடன் வாங்க ஆரம்பித்தான்.இப்படி குனாவின் கடன் வாங்கும் பழக்கம் தேநீர் அருந்துவது போல வழக்கமாகி விட்டது. கையில் பணம் இருக்கும்போது குனா தலைகால் புரியாமல் சுத்திக் கொண்டும், "குடித்துக் கொண்டும் தன் வாழ்க்கை மாற்றும் பணத்தை செலவு செய்து கொண்டிருந்தான்.

இத்தருணத்தில் அவனுக்கு கடன் கொடுத்தவர்கள் ஒருவர் பின் ஒருவராக திரும்பக் கேட்க ஆரம்பித்தார்கள். அப்போது குனா அவர்களிடம் கொஞ்சம் அவகாசம் வேண்டுமென கேட்க ஒவ்வொருவராக கூறிவிட்டு சென்றனர். சிறது நாள் வேலைக்கு போக ஆரம்பித்தான் கொஞ்சப் பணம் அதிகமாக இருந்தது.

 வாழ்க்கையின் நிமிடங்கள்

உடனே குனா வழக்கம் போல் செலவு செய்ய தொடங்கினான். மீதமிருந்ததை கடன் வாங்கியவர்களிடம் கொடுத்து விட்டான். இருந்தாலும் ஒரு சிலரிடம் கடனை திரும்பக் கொடுக்க பணமில்லை. அதனால் குனா வட்டிக்கு பணம் கொடுப்பவரிம் பணம் வாங்கினான். இரண்டு மாதம் கழித்து அவர் அப்பணத்தை மீண்டும் கேட்டார். குனாவுக்கு என்ன செய்வதென்றே புரியவில்லை.

அந்நேரம் தான் ஒரு சிறு வணிக நிறுவனம் குறிப்பிட்ட கிராமங்களை குறிவைத்து லோன் வழங்கி கொண்டிருந்தது.குனாவின் கிராமத்திலும் அந்த நிறுவனம் கடனுக்கு பணம் கொடுப்பது தெரியவந்தது. அந்த நிறுவனமும் அடித்தட்டு மக்களை குறிவைத்தே தன் லாபத்தை பெருக்கியது. குனாவும் இவர்களிடம் சிக்கினான். அவர்களிடம் பணமும் பெற்றுக் கொண்டான்.

வைத்து வட்டிக் காரனுக்கு கடனை கொடுத்து விட்டான்.மீதம் அவனிடம் கொஞ்சம் பணம் இருந்தது. அதை குனாவின் தேவைக்காக வைத்திருந்தான். இதைக்கண்டு எனக்குள் எழுந்த

 வாழ்க்கையின் நிமிடங்கள்

கேள்வி.இந்திய நாட்டில் ஐம்பது சதவீதத்திற்கும் மேல் அடித்தட்டு மக்களே வாழ்கிறார்கள் அப்படி இருக்கும் போது அம்மக்களின் வாழ்வாதாரத்தை சீரழிக்கும் இந்த வணிக நிறுவனங்களை அரசாங்கம் கண்டிக்காதது ஏன்?

இவ்வணிக நிறுவனங்கள் ஒரு குறிப்பிட்ட தொகையை வழங்கி வாரம் வாரமாக தவணை முறையில் பணத்தை செலுத்தி கடனை அடைக்குமாறு விதிமுறையை. வைத்துள்ளது. குனா கடனைப் பெற்றபின் முதல் வாரம் கொஞ்சம் தொகையை கட்டினான். இப்படியே இறுதி மாதங்களில் அவனிடம் பணம் இல்லாமல் சுற்றித் திரிந்தான். பின்னர் மீண்டும் வேறொருவரிடம் பணம் வாங்கி அக்கடனை அடைத்தான்.ஒரு வழியாக கடன் முழுவதையும் திரும்ப செலுத்தி முடித்தான்.

இதே போன்ற வேறு ஒரு வணிக நிறுவனத்திடம் மீண்டும் கடனை பெற்றான். இந்த முறை பெரிய அளவிலான பணத்தை கடனாக பெற்றான். இப்படி ஒவ்வொரு கடன் வழங்கும் நிறுவனத்திடம் பணத்தை வாங்குவதும், இப்படி கடனை திரும்ப செலுத்த மீண்டும் மீண்டும் என கடனைப் பெறுவதும்,வட்டிக்கு கடன் வாங்குவதும் ,செலுத்துவதும் குனாவுக்கு ஒரு வழக்கமாயிற்று. ஒரு கட்டத்தில் குனாவின் வாழ்க்கை கேள்விக்குறியானது. குனாவின் மனைவி அவனை மதிப்பதில்லை, குழந்தைகள் அவனை வெறுத்தனர்.

வாழ்க்கை என்றால் இது போன்ற சிக்கல்கள் வரதான் செய்யும். அதற்காக கணவனை ஒதுக்குவதில் எந்த நியாயமும் இல்லை.எத்தனை கஷ்டங்களிலும் நம்பிக்கையாக உடனிருந்து போராடுபவளே சிறந்த மனைவி. மறுபக்கம் குனாவின் மீதும் அதிக தவறுகள் கூறலாம்.

ஆனால், இந்த பழக்கம் எப்படி வந்தது என்று தெரியுமா. அதற்கு ஒரே காரணம் குனாவின் அம்மா மட்டுமே.அவள் குனாவிடம் கூறிய வார்த்தைகள், அம்மாவின் உடன் பிறந்தவர்களின் குடும்பதில் உள்ளவர்களுடன் குனாவை ஒப்பிட்டு திட்டியது ஒரு முக்கிய காரணம்.

அதன் விளைவுகளே தற்போது குனாவின் அம்மா அனுபவிக்கும் துயரங்களுக்கு காரணம். வாரம் வாரம் தான் கட்ட வேண்டிய கடனை கட்ட முடியாமல் அம்மாவிடமே குனா வாங்கி கட்டிக் கொண்டிருக்கிறான், இதற்கு ஒரு முடிவல்லை.

நான் ஆரம்பத்தில் கூறிய மாதிரியே ஒரு சராசரி மனிதனின் வாழ்க்கைய இந்த சமூகம் தான் தீர்மானிக்கிறது. "இந்நாட்டில், எத்தனை குனா, எத்தனை பாலா"? உள்ளார்கள், என்பது தெரியவில்லை.

ஆனால் குனாவைப் போல் உள்ள ஒவ்வொருவரின் வாழ்க்கைக்கும், இந்த அரசும் ஓர் காரணமாகதான் இருந்துள்ளது என்பது மறுக்க முடியாத உண்மை.குனா மட்டுமின்றி முகோஷ், சக்தி, பாலா என யாராக வேண்டுமானாலும் சரி, ஏன் நீங்கள் நான் உட்பட அனைவரும் நம்முடைய வாழ்க்கையை மட்டுமே வாழ நினைப்பதே இல்லை.

அவனிடம் அது உள்ளது என்னிடம் இது இல்லை என்று நம் வாழ்க்கையை இழக்காமல், இறைவன் தந்த இந்தப் பிறைவியை மனிதத்துடனும்,அறத்துடனும்,அன்போடும், மனிதாபிமானத்துடனும் வாழ்வோம்.

இக்கதை குனா, சக்தி, முகேஷ், பாலா போன்ற எண்ணற்ற முகம் அறியாத நண்பர்களுக்காக சமர்பிக்கிறேன்..

" கந்துவட்டியாலும், கடன்களினாலும்

தன் வாழ்க்கையை தொலைத்த

குடும்பங்கள் பல சுதந்திர திருநாட்டில்."

புகையும் நீரும்

"புகைபிடிப்பது புற்றுநோயை ஊண்டாக்கும்"

"மது அருந்துவது உடல் நலத்திற்கு கேடு"

"சூழும் புகைமண்டலமும், சாம்பல் மேடுகளும்"

"பொது இடங்களில் புகைபிடித்தல் கூடாது"

"அதிவேகம் ஆபத்தானது"

"வாகனத்தில் கவனமாகச் செல்லவும்"

"தலைக்கவசம் உயிர்க்கவசம்"

என்னடா, இதெல்லாம் எங்கேயே கேட்ட மாதிரியே உள்ளதே எனத் தோன்றுகிறதா சரிதான். இவை அனைத்தும் நம் வாழ்வில் மறுக்க முடியாத தவிர்க்க முடியாத ஒரு வார்த்தையாக உள்ளது. நான் கருத்து சொல்ல வரவில்லை, கதையை சொல்கிறேன்.

கண்ணன் தன் உயிருடன் போராடி மருத்துவமனையில் அவசரப்பிரிவில் படுத்துக் கொண்டிருந்தான். அவனுக்கு என்ன நடந்ததோ என்ற பதட்டத்தில் நண்பர்கள் அறையின் வெளியே!!!என்ன நடந்தது?? கண்ணனின் இந்நிலமைக்கு யார் காரணம்??

கண்ணணோடு பயணிப்போம்..

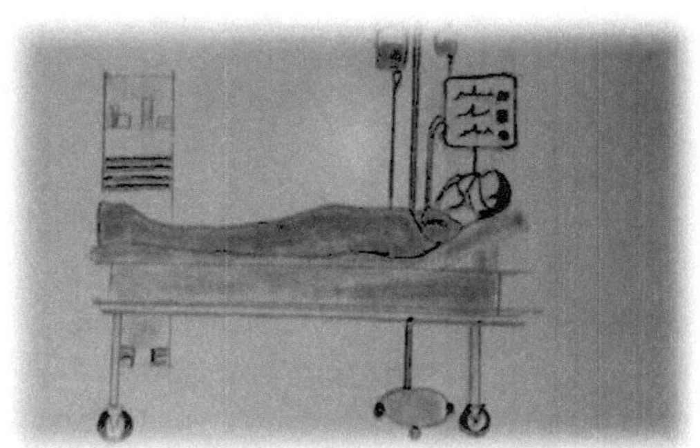

கண்ணன் நடுத்தர குடும்பத்தைச் சேர்ந்தவன். அன்பான அம்மா குடிகார அப்பா, ஒரு தம்பி, அக்கா என மிகச்சிறிய குடும்பம் தான். அவன் குடும்பத்தில் வேறு சிலரும் உள்ளார்கள். ஆடு,மாடு ,கோழி, என்று இயற்கையோடு பொருந்தி வாழ்ந்தார்கள். கண்ணனின் வாழ்க்கையை, சேர்க்கைக்கு முன் சேர்க்கைக்கு பின் என்றே பிரித்துக் கூறலாம் சேர்க்கை என்பது பள்ளியிலோ கல்லூரியிலோ அல்ல, அவனின் நட்பு வட்டாம் தான்.

கண்ணன் சிறு வயதில் வாழ்ந்த வாழ்க்கை சொர்க்கமென்றே சொல்ல வேண்டும். அவனின் இளமைப்பருவம் விளையாட்டும், கொண்டாட்டமும் என மகிழ்ச்சியாக இருந்த தருணம். அந்த மகிழ்ச்சி நெடுநாள் நீடிக்கவில்லை. ஒருநாள் அதிர்ச்சிக்குள்ளாக்கும் அந்த சம்பவம் நடந்தது. ஓடி ஆடி விளையாடும் வயதில் படுக்கையில் படுப்பது மிகவும் கொடிய வலி அது கண்ணனுக்கும் ஏற்பட்டது.

முப்பது அடி உயரத்தில் ஒரு மரத்திலிருந்து விழுந்தான். அதைக்கண்ட அவனின் நண்பன் ஒருவன் ஓடியே விட்டான். 'குமார்' என்ற நண்பன் அவனுக்கும் உயரத்தில் மரத்தில் இருத்தான். கண்ணன் விழுந்ததை கண்ட

       வாழ்க்கையின் நிமிடங்கள்

குமார் வேகவேகமா மேலிருந்து கீழே இறங்கிச் சென்று கண்ணனைப் பார்த்தான் உயிரற்ற பிணம் போல் தரையில் கிடந்தான்.

குமாருக்கு ஒரே பயம் கண்ணன் என்னுடன் தானே வந்தான். நான் தான் மரத்திலிருந்து தள்ளி கொன்று விட்டேன் எனக் கூறுவார்களே. நம்முடன் வந்தவனும் ஓடிவிட்டான் , நான் மட்டும் ஏன் இங்கு இருக்கிறேன் என்ற கேள்வி. நாமும் இங்கிருந்து போய்விடலாம்" என குமாரின் மனதில் எண்ணற்ற சிந்தனைகள் ஓடிக்கொண்டிருந்தது. அன்று மதியவேளையில் சுற்றி யாருமில்லை கண்ணண் விழுந்து கிடந்ததோ ஒர் குழிக்குள்.

ஆனால் குமார் யோசித்தான் கண்ணன் நம்முடன் வந்தவன், மேலும் நம் கூடவே இருப்பவன் அவனை இப்படி விட்டு விடக்கூடாது. என்மேல் பழி விழுந்தாலும் பரவாயில்லை கண்ணனை காப்பாற்றியே தீருவேன் என்று பெரியவர்களை தேடி ஓடினான். அங்குள்ள சிலபேரை அழைத்து கண்ணனைக் காண்பித்தான். மூச்சி பேச்சின்றி உறைந்த அவனை அவர்கள் நகர்த்த முயற்சிக்க அவன் உதடுகள் அசைந்தது. கால் எலும்பு உடைந்துவிட்டன. சிறிது நேரத்தில் ஆம்புலன்ஸ் வந்தது. அதில் அவனை தூக்கிக்கொண்டு சென்றார்கள்.

இரண்டு வருடம் கழித்து தன் இயல்பு வாழ்க்கைக்கு திரும்பினான் கண்ணன். அச்சிறு வயதில் மரணத்தோடு போராடி மீண்டும் எழுந்து வந்தான் அச்சிறுவன்.

குமாரைப் பற்றி சொல்லியே ஆக வேண்டும் அவன் கண்ணினின் பக்கத்து வீட்டுக்காரன் வயதில் மூத்தவனாக இருந்தாலும்

நண்பர்களாகவே பழகினார்கள். கண்ணனுக்கு நீச்சல் கற்றுக் கொடுத்தான். குமார் கிணற்றுக்கு குளிக்க போகும் போதெல்லாம் கண்ணனும் இவனுடன் போய்விடுவான்.

வருடங்கள் ஓடின. குமார் கல்லூரியில் சேர்ந்தான். ஒருநாள் குமார் கல்லூரி முடிந்து வீட்டிற்கு வந்து கொண்டிருக்கையில் கண்ணன் சைக்கிளில் பள்ளி முடிந்து வந்து கொண்டிருந்தான். அப்போது குமார் டேய் கண்ணா நில்லு நானும் உன்னுடன் சைக்கிளில் வருகிறேன் என குமார் கேட்க கண்ணன் மறுத்துவிட்டான்.

குமார் விளையாட்டிற்கு கண்ணணின் சைக்கிளில் காற்றை புடிங்கி வடுவது போல பயமுறுத்தினான் கண்ணன் கோபத்தில் நடு ரோடு என்று பார்க்காமல் அத்துணை பேர் மத்தியில் குமாரை கெட்ட வார்த்தையால் திட்டினான். இப்படி செய்வது ஒன்றும் புதிதல்ல ஆனால் அத்துணை பேர் மத்தியில் செய்தது தான் தவறு. குமாருக்கும் கோவம் வந்தது. ஆனால் அவன் அங்கு அதை வெளிப்படுத்தவில்லை . ஊருக்குச் சென்றதும் அவனை அடித்தான் குமார். அப்போது ஒரு பெரியவர் வந்து எதுக்குப்பா இப்படி சின்ன பையன அடிக்கிறாய் என குமாரிடம் கேட்க கண்ணன் அவரையும் தவறாக பேச உன்னை இவன் அடிக்கிறதில் தவறே இல்லை என அப்பெரியவர் கூறினார்.

மீண்டும் சில நாட்கள் கழித்து கண்ணனும் குமாரும் ஒட்டிக்கொண்டார்கள் அதுதானே நட்பு. வருடங்களும் ஓடின குமாரும் கல்லூரியை முடித்தான். ஆனால் கண்ணன் அப்போது கல்லூரி இரண்டாம் வருடம் படித்துக் கொண்டிருந்தான். கல்லூரிக்கே சென்றுவிட்டான் காதல் இல்லாமல் எப்படி. கண்ணனும் காதல்

செய்தான், ராதையை அல்ல சீதையை. காதலுக்கு தான் கண்கள் இல்லை என்று சொல்லி விட்டார்களே அப்படித்தான் மாறினான் கண்ணன். அவன் காதலிப்பதே சற்று தாமதமாகத்தான் தெரியும் குமாருக்கு.

கண்ணன் 11 படிக்கும் போதே குமாருக்கும் கண்ணனுக்குமான நெருக்கம் குறைந்து கொண்டே போனது. கண்ணனும் தன் நண்பர்கள் வட்டாரத்தை சற்று மாற்றிக் கொண்டான். அவர்களிடம் கற்றுகொண்டதே மது அருந்துவதும்,புகை பிடிப்பதும். ஏதே ஒரு ஆர்வத்தாலும், ஆசையாலும் அந்தப்பக்கம் சென்றவன் அதற்கு அடிமையானான். அதன் பின் கல்லூரியில் சேர்ந்தான். கல்லூரிக்கு சென்றாலே ஒரு கெத்து வந்த விடுமே பீடி, சிகரெடிலிருந்து கஞ்சா ஆனது இப்படி போதைக்கு அடிமையானான்.

குமார் பார்க்கும் போதெல்லாம் அவனிடம் சொல்வதுண்டு கண்ணன் கேட்பது போல் தெரியவில்லை. சில நேரங்களில் பீடியை அவன் கையிலிருந்து தட்டிவிடுவான். அதற்கு கண்ணன் குமாரை உன் வேலை எதுவே அதை மட்டும் பாரு சரியா எனக்கூற கண்ணனுக்கும் குமாருக்கும் இடையே நெருக்கம் குறைந்தது. ஆனால் கண்ணனை கண்டால் பேசுவான். அவனோடு பைக்கில் சுற்றுவான் குமார்.

கண்ணன் கல்லூரி முடிப்பதற்குள் அவன் காதலும் முடிந்தது. காதல் தோல்வினா சும்மாவா, அதை மறக்க, குடிக்க வேண்டும் ,குடிக்க வேண்டும், குடிக்க வேண்டும் அதை வாடிக்கையாக செய்தான். ஒருநாள் நண்பர்களுடன் கிரிக்கெட் விளையாண்டு கொண்டிருக்கும் போது நண்பர்களுக்குள்ளே பிரச்சினைகள் வெடித்தது பெரிய வாக்குவாதம்

  வாழ்க்கையின் நிமிடங்கள்

ஏற்பட்டது. குமார் என்ன வென்று கேட்க ஓவர் போட முடியாது என்று சொல்லி கண்ணன் தீபனிடம் பிரச்சினை செய்தான்.

அச்சண்டையை விளக்கி போகச் சொன்ன குமாரை நீ யாரு இதை கேட்க என குமாரின் சட்டையை பிடித்து கேட்டான். குமார் எதுவும் பேசாமல் திரும்பி வந்துவிட்டான். கண்ணனை அடிக்க வேண்டுமென்று தோன்றியது குமார் அதை

செய்யவில்லை, காரணம் கண்ணனின் நடவடிக்கை முன்பை விட மாறியது அவனும் மாறிவிட்டான். அன்று முதல் குமார் கண்ணனிடம் பேசுவதையே நிறுத்திவிட்டான். மூன்று மாதங்களுக்கு பிறகு விளையாடுவதற்காக கண்ணன் குமாரிடம் பேச அன்று முதல் பட்டும் படாமலும் குமார் பேசிவந்தான்.

கண்ணனின் வீட்டில் நடக்கும் சம்பவங்கள் குமாருக்கு மட்டுமே தெரியும் பக்கத்துவீடு என்பதால். சில நாள் கண்ணனின் அப்பாவும் குடித்துவிட்டு சண்டை போடுவார். சில நாள் அவனின் அம்மாவே அவனிடம் சண்டை போடுவதுண்டு காரணம் அவனுடன் சேராதே

 வாழ்க்கையின் நிமிடங்கள்

இவனுடன் சேராதே எனச்சொல்லி அடிக்கடி சண்டை நடக்கும்.

சில நாள் இரவில் "எம்மா எம்மா காதல் பொன்னம்மா" என்ற காதல் தோல்வி பாட்டில் தொடங்கி காலை வரை படித்துக் கொண்டே இருக்கும். கண்ணனுக்கு அவன் அம்மா விலையுயர்ந்த பைக் ஒன்றை வாங்கி கொடுத்தார். அவ்வப்போது சுற்றுலா செல்வதுமுண்டு அப்படி சுற்றுலா சென்று வரும் போது வேகமாக சென்றதால் விபரீதம் ஏற்பட்டது. பைக் கைப்பிடி நெஞ்சுப் பகுதியில் இடிந்து பலந்த காயம் ஏற்பட்டது. அதற்கு பின்பு கண்ணின் அம்மா அவனை வாகனம் ஓட்டுவதற்கு அனுமதிப்பதில்லை.

சில மாதம் கழித்து மீண்டும் கிரிக்கெட் விளையாட ஆரம்பித்தனர். கண்ணும் குமாரும் மீண்டும் நெருக்கமானர்கள் அன்று காலை ஒரு மேட்ச் முடிந்தது. மாலையும் ஒரு மேட்ச் இருந்தது குமார் முன்னட்டியே மைதானத்துக்கு வந்துவிட,வெகு நேரம் ஆகியும் யாரும் வரவில்லை. பின்னர் ஆனந்த் கால் செய்து குமார் நீ வீட்டுக்கு திரும்பி வா எனக் கூறினான். ஏன் என்று குமார் கேட்க கண்ணனுக்கு நெஞ்சு வலியென்று மருத்துவமனைக்கு எல்லோரும் போய்விட்டார்கள் எனக் கூறினான் ஆனந்த்.குமாரும் சின்ன பிரச்சினை தான் என நினைத்து மணியுடன் மருத்துவ மனைக்குச் சென்றான்.

அங்குச் சென்ற பின்பே தெரிந்தது அவனின் நிலை மிகவும் மோசமாக உள்ளது என்று, தீவிர அவசர சிகிச்சை பிரிவில் அனுமதிக்கப்பட்டான். படுக்கையில் ஆக்ஸிஜன்

மாஸ்க் அணிந்து படுத்திருந்தான். நண்பர்கள் வெளியே கூட்டமாக நின்றனர்.

அன்று மாலை நேரம் நண்பர்கள் சிகரெட் புடிக்க சென்றார்கள். அச்சமயம் இங்கு குமார், குட்டி, மனோ மட்டுமே இருந்தனர். சீனியர் டாக்டர் உள்ளே சென்றார். கண்ணனின் அப்பா அழுது கொண்டே வெளியே வந்தார் கேட்டால் ஒன்றும் சொல்லாமல் கதறி அழுதார்.

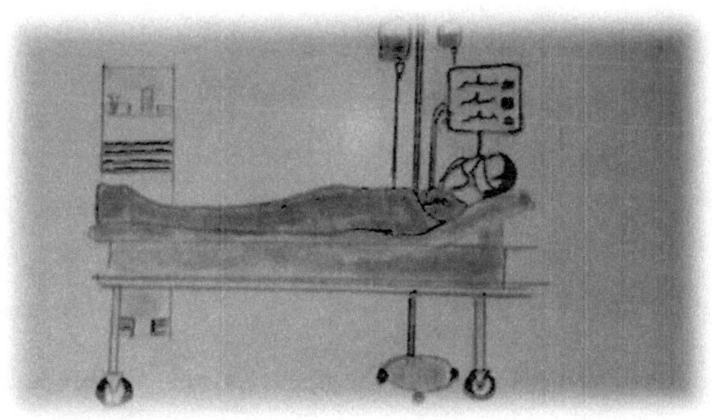

டாக்டர் வெளியே வந்ததும் அவரிடம் குட்டி,குமார், மனோ கேட்டார்கள் கண்ணனுக்கு இப்போது பரவிலைலல்லையா என கேட்க, டாக்டர் மூவரையும் நீங்கள் யாரென்று கேட்டார்.நண்பர்கள் எனக்கூற டாக்டர் பதில் கூற ஆரம்பித்தார் .

கண்ணனுக்கு என்ன வயதாகிறது எனக் கேட்டார் டாக்டர் , 23வயது என்றார்கள். அவன் 16 வயதிலிருந்தே பீடி,சிகரெட் குடித்து வருகிறான். நீங்கள் நண்பர்கள் என்று சொல்கிறீர்களே. அவனிடம் கேட்டதில்லையா, மேலும் 16 வயதிலிருந்து அச்சிறுவனுக்கு காசு எங்கிருந்து போகும் அப்போதெல்லாம் கேட்காமல் இப்போது அழுது என்ன பிரயோஜனம் எனக்கூறினார் தந்தையை பார்த்து. கண்ணன் உயிர் பிழைப்பது

கடினம் . 48 மணி நேரத்திற்கு பன்னரே எதுவும் கூற முடியும் என்றார் டாக்டர். மூவரும் அதிர்ந்து போனார்கள்.

10 நாட்களுக்கு பின் குமார் தன் நண்பர்களுடன் வெளியூர் வேலைக்கு சென்றான். மறுநாள் அதிகாலை 3 மணி இருக்கும் முருகன் குமாருக்கு கால் செய்து கண்ணன் இறந்து விட்டான் எனக்கூறினான். இரண்டு பேர் அங்கிருந்து கிளம்பினார்கள். குமாரால் செல்ல முடியாத ஒரு தருணம்.

சிறு வயதில் தன்னுடன் இருந்த நண்பன் இப்போது இல்லை என்பதை அவன் மனம் ஏற்றுக்கொள்ள முடியவில்லை. இது கனவு என்று தன் கால்களை கிள்ளிப்பார்த்தான். அவனால் நம்பவே முடியவில்லை.

குமாருக்கு ஆனந்த் வீடியோ கால் செய்து காண்பித்தான். பச்சை சட்டையும் வேட்டியுடன் பெட்டிகுள் படுத்திருந்தான் . அவனின் அம்மா கதறி அழுதார் அவன் தம்பி துடி துடித்தான்,நண்பர்கள் கலங்கினார்கள் ஆனால் குமார்,ஏங்கோ ஓர் இடத்தில். "எல்லாம் கனவு வருவது போல் நிஜமானது .

கண்ணன் மறைந்த பின்பு நண்பர்கள் அனைவரும் புகையையும், நீரையும் தொடுவதில்லை. கவலையில் வீழ்ந்து கிடக்கும் கண்ணனின் அம்மாவுக்கு இதைக் காண்கையில் கொஞ்சம் மகழ்ச்சி அடைந்தார். தன் மகனின் மூலமாகதான் இவர்கள் திருந்த வேண்டும் என்று விதி இருக்கிறது போல எ்ன புலம்பினார்.

ஆனால் இதெல்லாம் நடந்தால் நன்றாக தான் இருக்கும். நடக்க வில்லையே. அதெல்லாம் குமாருக்கு ஏற்பட்ட கனவே . உண்மையில்

  வாழ்க்கையின் நிமிடங்கள்

கண்ணின் நண்பர்கள் 'புகையையும், நீரையும், விடவில்லை.

கண்ணன் உயிரிழந்த காரணம் தெரிந்தும் அவர்கள் அதை விடவில்லை. ஆனால் கண்ணனின் போட்டோவை மட்டும் தூக்கிபிடித்தார்கள், வாட்ஸ்அப் ஸ்டேட்டஸ், எல்லா தளங்களிலும், கண்ணண் தான். இதைதான் கண்ணினின் ஆன்மா விரும்புமா?

இல்லை தன்னை போல யாரும் சாகாமல் இருக்க "புகையையும் , நீரையும் தொடுபவர்களை கொல்ல நினைக்குமா அவன் ஆன்மா???

ஆனால் குமார் இதற்கு முடிவெடித்தான், பீடியை பிடுங்கி வீசுவதோ, மதுவை தட்டி விடுவதோ அல்ல வேறுமாதிரியான ஒரு திட்டம்.

"புகை மற்றும் நீரின், கிளையை வெட்டாமல் ஆணிவேரை தகர்ப்பதற்கான திட்டம் தான் அது விரைவில் அரங்கேறும்".

இந்தியாவின் புதல்வன்

கரிகாலன் இராணுவத்தில் சேர்ந்து விட்டான் தன் தந்தை கனவை அடைய முதல் படியை தாண்டிவிட்டான். உலகமே அஞ்சி நடுங்கும் ஓர் தாக்குதல் செய்தான் இந்திய இராணும் முழுவதும் கரிகாலன் காலடியில் அந்தக் கரிகாலன் இமயம் வென்றது போல்,இந்த கரிகாலன் உலகம் வென்று விட்டான்....

"இது வெறும் ஆரம்பம் தான். கதை இனிதான் ஆரம்பம்" .